DOA

Kithaka wa Mberia

Marimba Publications Limited
Nairobi, Kenya

Kimetolewa na
Marimba Publications Limited
Nairobi, Kenya
www.marimbapublications.co.ke

© Kithaka wa Mberia

Toleo la Kwanza, 2018

ISBN 978-9966-794-42-5

Maandishi yamepangwa na
Elizabeth Wamugunda

1

Mimi si mtaalam wa elimu-viumbe
Si gwiji wa ruwaza za maumbile,
Sichunguzi kwa kioo-kuzi maabarani
Kungamua mpangilio wa seli za damu,
Sijikuni kichwa siku nenda siku rudi
Nikidadisi DNA katika mbu na kupe,
Ila kunayo wazi kwa mujibu wa taamuli:
Tofauti baina ya wanyama na watu
Si kula, kunywa na kuongeza vizazi –
Kila uchao, sawa na ndovu na twiga
Binadamu hutafuna na kumeza,
Sawa na nyamera, nyani na kongoni

Watu hupiga mafunda kukonga roho,
Wandani hushiriki siri za maumbile
Ila nani asemaye fashifashi faraghani
Zinapiku fataki baina mwa punda-milia?

Tofauti hadidi baina ya watu na hayawani
Ni uhusiano baina ya makundi na maumbile:
Maumbile hutawala maisha ya wanyama
Ila kwa maarifa na stadi, misuli na juhudi
Binadamu huweza kughura penye shakawa

Kila yawadiapo majira ya nyumbu kughura
Maisha ya wakazi wenye magamba mtoni
Hujiwa na mfufulizo wa karamu ya nyama,
Wazazi na wana wa nyumbu na punda-milia
Hураruliwa kwa meno na kutoswa tumboni

Ila hawawazii mzungu wa kujinusuru
Kinyume na watu - viumbe wameta akili
Chombo cha kukatia mizizi kaidi ya dhiki

Kuwepo kwa shakawa inayosongoa watu
Linaloafiki hadhi, ni kuchukua hatua hadidi
Ni kugonga na kung'oa meno ya adui buka
Ndiyo hiyo nembo ya ubinadamu uliokamilika
Ndiyo hiyo tofauti baina ya hayawani na watu

*****

Hamu ya kuwa tofauti na nyumbu mbugani
Inanipwitapwita kwenye mishipa ya damu
Inaniwasha mwili na kunichochea akili
Ikinirairai, "Kuchukua kitanda cha mfumi
Kwa juhudi, kwa zari safi, ufumie *Doa*
Kwa ujasiri, uote kidole doa linalokera
Doa linalonyima watu mmeremeto wa hadhi
Doa linalotabanga nchi inayopamba bara!"

Kwa nini nikatae linalonitenga na nyumbu
Linaloongeza uzani katika ratili ya kupimia utu,
Mbona nisitwae jazanda, tashibihi na tashihisi
Kusudi ziwe nyuzi nyerezi kwenye kitanda
Nifumie niliyo nayo moyoni nionyeshe umma?

Kaskazini mwa taifa changa kama asubuhi
Minga, vikwata, mijunju na mitupa vidole
Kwa ujasiri, iliendelea na safari ya maisha
Nia ya kutokata tamaa, ikidumishwa

Siyo na mvua inyeshayo kwa ukarimu
Bali na unyevunyevu hafifu wa usiku

Kwenye kiwambo cha almasi mashariki
Miali ya jua ilitangaza majilio ya siku
Wakati ukaendelea kupita kama dawamu
Harakati za maisha zilifuata mkondo
Bila ishara machoni ya utusitusi wa ila
Bila nongonongo za kuporomoka hali
Bila tetesi za kuzuka harufu ya damu

Ghafla, kama bomu lililokuwa ufichoni
Hali iliyokuwa shwari, ililipuka kwa nguvu
Majonzi yakaghariki ukoo wa wanakijiji:
Mavazimadoadoa wakibujikwa na hamaki
Waliwashambulia wanyonge na mifugo

Jakamoyo ilioje kwa wanaukoo maskini:
Walitupwa katika kinyua fidhuli cha mauti
Walifikia hatima ya maisha kama wadudu
Ndimi za vijinga vya mwangaza wa uhai
Zilizimwa na kimbunga cha kupangwa

Kwa hasira iliyotupa ndimi za moto
Magenge ya wenye sare za madoadoa
Kwa mijeledi dhidi ya miili na akili
Waliwacharaza vilivyo wanawake,
Kwa ngumi na mipini ya bunduki
Waliwatwangatwanga baba na wana,

Wanaume, bila kuchagua au kubagua
Waliamrishwa walale kifudifudi,
Ngozi za tumbo bila stara za mavazi
Zikarambwa na joto la nyuzi arobaini,

3

Uwanja wa ndege ukapata jukumu jipya
Ukawa kikaangio thabiti cha wanakijiji;
Bila chembe ya chakula, bila tone la maji
Jua likawakausha ja vipande vya nguru

Wanawake walipokonywa stara za miili
Wakasalia uchi kama vyangara au mijusi,
Wakichirurukwa na aibu ya bila kifani:
Walilazwa uwanjani nyuso zikilenga anga

Wanajeshi walitesa watu kwa kuni za moto
Waliwachoma kwa vyuma katili vya joto,
Kabwela walichinjwa kwa singe kali
Walilipuliwa vifua na tumbo kwa risasi

Fimbo za chuma, rungu za mijohoro
Zilipasua mafuvu kwa milipuko mikali
Zikavunja mitulinga, goko na taya,
Tanzu za miti yenye miiba fidhuli
Zikashambulia kwa fujo migongo wazi
Zikashtua mikono, miguu na nyuso

Maiti za wanyonge zilizikwa kimila,
Katika miili walionusurika kibunga
Majeraha yalinyauka yakakauka
Ila akilini, vidonda bado vinatona damu,
Kumbukumbu vichwani mwa waliofiwa
Zimekataa kukomesha ngoma sumbufu

*****

Wakala wa dola waliopuliza kibunga
Walioinua bunduki na kufyatua risasi
Waliotumbukiza wanawake kwenye aibu
Kwa kuwalaza kichalichali wakiwa uchi

4

Waliokausha watu juani kama parage
Waliochoma miili kwa vyuma vya moto
Waliojitoma kwa miili ya wanawake,

Hawakukaribia vizimba vya mahakama
Hawakusikia sauti ya jaji au hakimu
Hawakuona uso wa mwendesha mashtaka,
Waliendelea kuelea maishani kwa bashasha
Leo wanakula mapochopocho kemkem,
Kwa tabasamu, wanashikilia nyuma na visu
Kwa viganja vinavyodondoka damu ya watu

Alikuwa mzalendo kindakindaki
Aliyapa uhai makala magazetini,
Dhidi ya uwi wa vikosi vya ukoloni
Alikuwa mkuki wa chembe thabiti,
Alijikita mlengo wa kushoto
Akashamiri nyayo kwenye udongo
Hakulegezwa na upepo wa ugeugeu,
Kunyosha "kigosho" maishani mwake
Alikaangwa katika tanuri korokoroni
Katakata akakataa kuyumbayumba

Kusimama kwenye kambi ya uzalendo
Kuwa kwenye kamati ya mashujaa hadidi,
Kuwa mpinzani wa sera katili za serikali
Kumbe kungeleta mavuno machungu:
Pembe ya ukigo ilimstiri jambazi mjanja
Mzalendo jabari alipokaribia lango
Dhalimu alipojitokeza kama mzuka
Alipaza sauti, "Hujambo, Bwana!"

Kugeuka kusudi kupokea maamkuzi
Kukawa ni kukumbatiana na mauti:

Risasi tatu zikifukuzana hewani
Zilipiga mbizi shingoni na kifuani
Jua angavu la asubuhi ya maisha
Ghafla, likaghura na kuacha giza

Ujanja uliokuwaje, kushtakiwa shababi
Si kwa dhamira ya kupiga vita uharibifu
Si kwa nia ya kulinda haki ya kuishi
Bali kufunga umma macho kwa kidoto
Yasione mkono laanifu wa siasa mbovu
Katika kifo cha asubuhi cha mzalendo!

Baada ya mlolongo mrefu wa miaka
Mkata akivuna ambacho hakupanda,
Baada ya lundo la miongo mitatu na nusu
Mfungwa akinyweshwa shubiri gerezani,
Bado sumu hatari ya ghiliba za kisiasa
Haijatosha kutia akili za watu ukungu
Hawaamini mfungwa alivuta kifiatulio!

Shababi asingekubali rai ya kachero ayari
Asingeshawishika kuwa masikio dadisi
Angekataa kuwa macho ya wajasusi mjini
Asingeshawishiwa na Mzungu Kitambi –
Nembo ya mauti katika mji mkuu wa taifa,
Barubaru asingeenda alikoenda siku ya mtego
Asingesingiziwa kuzima mwanasiasa uhai
Mahakama isingemhukumu kunyongwa

Licha ya maoni ya wasimamizi jela
Licha ya tabia ya mfungwa kumetameta
Mdhulumiwa aliendelea kupata kuvu:
Wajua ukweli walihofia akifunguliwa
Kinywa kingetema kikohozi cha ukweli

Ole wake msingiziwa umwagaji damu
Sasa, zaidi ya miongo mitatu na nusu gizani
Muonewa aliyefiwa na ndoto ya maisha
Ameruhusiwa kutangamana na mwanga

*****

Katika muungano wa wafanyakazi
Mwanaharakati alimetameta kama nyota,
Kama kiranja wa uchumi wa taifa changa
Mawazo yake yalikuwa johari ya fahari

Njama ya kwanza wa kumtungua uhai:
Bawabu aliponyunyizia gari risasi
Kwa bahati nasibu, iliangukia patufu –
Risasi zingempataje ambaye hakuwepo?

Katika awamu ya pili, mkakati wa giza
Uligonga wahandisi wa uwi walipolenga:
Jumamosi, dukani, alidhamiria kupata dawa,
Nje ya duka, akificha siri hatari moyoni
Bwana mfupi, upara ukimkalia kichwani
Mkononi akining'iniza mkoba wa hadaa
Alimsubiri mwenye dalili za raisi wa kesho
Alipotokeza, risasi mbili zikapiga mbinja
Waziri aliyemetameta akili kama nyota
Akaterereka, akaporomoka kinyumenyume
Juhudi za kumnasua kutoka mikono ya mauti
Zikagonga mwamba, yakawa yaliyolengwa

7

Aliyekamatwa na kushtakiwa kwa mauaji
Aliyepata hukumu ya kupelekwa kuzimu
Alitema fumbo kali kama mgoto wa rungu:
"Mbona hamuulizi Bwana Mkubwa?"

*****

Kama njama za kuchafua jina la mbunge
Ndipo iwe rahisi kumnyonga kisiasa,
Dola ilikuwa tayari kumwaga damu
Kusudi kulaani "kiongozi wa kundi hatari"

Shamrashamra katika kilabu cha densi
Inakatishwa na mpasuko mkali wa bomu,
Hali inatabangwa na kelele na mtapanyiko,
Harakati kwenye kituo kikuu cha mabasi
Zilivurugwa na sokomoko bila sura,
Viganja vya mkono buka wa mauti
Vilizoa na kubeba watu kumi na saba,
Hospitalini vitanda vilipokea majeruhi
Matokeo ya kulipuliwa basi la abiria
Kazi ya wakala wakuu wa ikulu chafu

Kusudi kuchepua akili za wananchi
Upepo wa ghiliba ulianza kuvuma
Ulisambaza jina la kundi la kubuni
Kuelezea kuzimika maisha bila hatua

Miezi kadha baada ya sokomoko la bomu
Mbunge mlengwa na mradi wa kishetani
Aliketi ndani ya hoteli mviringo maarufu
Mercedes iliegeshwa mbele ya hoteli
Volvo ilitulia nje ya duka la kupigia picha –
Siku ilikuwa na sura bila ishara yoyote

Kwa shawishi za afande wa rangi ya siagi
Mbunge, akiandamana na jitu la kizungu,
Alipiga hatua kuikabili studio ya picha
Alipoelekea gari lililozaliwa Stutgart,
Mwenye mwendo wa chopi alitokeza
Magari mawili yalianza kuchapa mwendo

Baada ya siku tatu za kutoonekana mbunge
Habari ghuri zilianza kuvuma masikioni:
"Mbunge yuko salama safarini, ugenini!"
Kumbe wakala wa mauti wahudumia dola
Walikuwa tayari wamemminya uhai!

Mchungaji aligundua maiti kilimani
Katika eneo ambapo fisi na mbweha
Hujivinjari kwa furaha na vicheko,
Vikosi vya kongoti, nderi na vipanga
Kwa midomo migumu kama chuma
Kwa niaba ya maumbile yanayoshukuru
Hulinda mazingira kwa kusafisha nyamafu

Hisia kali zililipuka katika bunge la taifa
Mawaziri walikurupuka, walitoka ukumbini
Bendera zilishuka kutoka viango magarini
Bali, mkazi wa maskani ya zamani ya gavana
Kwa kiburi, aliposafisha koo na kuita mkutano
Kwa zamu, kwa kinaya, akaposaili wateule:
"Umo au humo katika serikali yangu?"
Wakigwayagwaya maini, chengelele na akili
Kwa zamu, walijibu, "Nimo ndani kabisa!"

Kwa mngurumo uliotisha viwambo masikioni
Ndege zilichana anga la jiji lenye kimuyemuye
Aromatise walipita kwa mwondoko wa kivita
Walipiga saluti kwa mkubwa kwenye roshani

Mawimbi makuu ya uzalendo wazandiki
Yalipanda na kushuka yakitupa povu ufuoni,
Kwa vinywa vilivyonuka ukabila na uroho
Barakala waliimba hadi kukaukiwa na koo
Kulinda mkubwa dhidi ya nongonongo

Kundi lenye matongo ya ukabila
Lilizuru pembe tolatola za nchi
Vinywa vikitema matamshi ya moto
Vikishtumu wenye ndimi za tetesi
Zilizofungamanisha kuzimika mbunge
Na mkazi wa maskani tengwa kilimani

Miaka imeyoyoma na kupotea machoni
Kamati zenye sifa adimu zilifinyangwa,
Bali wino wa taarifa iliyotaja watuhumiwa
Umekuwa kuukuu, umeanza kukwajuka,
Bali, taifa huru, kama changara jabalini
Inaendelea kuota jua la miali mwanana
Bila mijeledi mikali ya sheria za nchi
Kuacha alama za makovu ya vichapo
Kwenye migongo ya wakala wa mauti

Wanaojua kufukua ukweli chini ya udongo
Wana ya kusema kwa wenye maswali adimu:
Bila aila, marafiki na wenza kufahamu
Baada ya magari kuondoka karibu na hoteli

Aliyetuhumiwa kuwa tisho kwa mwanaikulu
Alipelekwa makao makuu ya wakala wa mauti
Mateso yakampokea kwa mikono mikunjufu
Katika hali ya kuchemkwa na asidi ya hamaki
Mkono wake ukaelekea kulikokuwa na silaha
Bali, kwa kasi, viganja vya wakala wa dola
Vikamudu kufikia kwanza kizimio cha uhai
Moto ukamtafuna mkono wa mbunge
Asiweze kupigana mieleka ya kujitetea,
Licha ya kuwa na stadi zilizomwesamwesa
Ujuzi aliopata kutoka nchi ya Mfalme Daudi

Huku amedhibitiwa kwa kamba mikononi
Aliendelea kukaangwa katika tanuri ya mateso,
Kama mzigo, alibebwa hadi kichaka mlimani
Ambako uhai wake ulitunguliwa kwa risasi
Mwili akaachwa uwe karamu kwa fisi

*****

Baada ya waziri kutoweka machoni
Baada ya vinywa vichafu vya wakubwa
Kutangaza huzuni iliyowajaza nyoyo uzito
Baada ya kutoa ahadi madhubuti kwa taifa
Kwamba angetafutwa kwa kila juhudi,
Baada ya masikio ya aila na umma
Kungojea habari njema bila ufanisi,
Mwili ulipatikana chini ya kilima
Ukitangaza unyama wa binadamu

Kama mbung'o wakisinya mifugo malishoni
Maswali yaling'ong'a na kusumbua akili:
Kuhutubia wanahabari katika nchi ya Linchon

11

Kupongezwa na ndugu kwa ubora wa taamuli
Na kujibu, "Haya ndiyo yatakayonimaliza!",
Ni mwangaza unaomulika sababu ya mauko
Au ukweli wa kukatishwa maisha ghafla
Umefichika kusikofika mboni za macho?

Kutembelea makazi ya zamani ya Barring
Kulikuwa ishara ya ushwari wa mambo
Au dalili ya hali iliyokuwa imezorota,
Aliyeagizia aitwe na amwone haraka
Alimkaribisha kwa chai na matafunio
Au alimfokea na kumwonya angekiona?

Kugongana kwa gari na trela barabarani
Ilikuwa ajali iliyotemwa na kinywa cha sadfa
Au njama iliyopangwa kubatilisha maisha
Kwa bahati nasibu, ikakosa kufua dafu?

Ziarani katika nchi ya Arthur Miller
Kinywa cha mwenza kilipotema kijembe
Masikio yakanasa: "Hali vipi, Bwana Rais!"
Kililengwa kutoa onyo kwa waziri akhiyari
Kumkanya kuangaza kurunzi ya maandishi
Kuonyesha mabuu katika kidonda cha ufisadi
Au kilikuwa kinakanya kuongea kwa ufasaha
Na kumetameta akiwepo Bwana Mkubwa?

Dukuduku waziri aliyorejea nayo nchini
Ilikuwa kimuyemuye bila mantiki
Au ishara ya tetesi za kunyolewa bila maji,
Jekejeke iliyofikia masikio ya aila na zaidi
Ilikuwa usumbufu wa akili bila mashiko
Au mteseko wa samaki katika dema?

Maiti ilipopatikana karibu na kilima
Sehemu ya chini ya mwili wa mahiri
Ilitoa ushahidi thabiti la kuungua,
Tumbo lililokuwa la umbo la kawaida
Lilikuwa limetafunwa na moto buka,
Bastola ililala kandokando mwa kichwa
Ikinuiwa kutangaza waziri wa kutajika
Aliizima kandili ya uhai wake kwa hiari

Wakala wa mauti waliojificha katika giza
Walibatilisha maisha palipopatikana maiti
Au marehemu alizimwa uhai mahali tofauti
Mwili ukasafirishwa hadi chini ya kilima
Kabla ya petroli na njiti kushirikiana kazini?

Nani aliyetuma waliojitoma malazini
Baada ya kupekuapekua watoto wa meza
Wakazoa hati na faili bila idhini ya familia
Wakazipeleka kusikofika uwezo wa macho?

Mbona taarifa ya kiwanda cha sukari nguru
Ikimulika uvundo wa kidonda cha ufisadi
Haikutagusana na macho ya wenye hamu,
Iliendapi barua kwa mkazi wa nyumba kuu
Waraka ulioandikwa kwa niaba ya umma
Moyo wa mwandishi ukikaangwa na dhiki,
Mbona waliokisiwa kuwa na habari adimu
Wananchi ambao wangekuwa mashahidi
Walipukutika ja majani majira ya kiangazi?

Maswali yenye makali ya meno ya seng'enge
Yanapitia akilini mwangu, yanaacha majeraha:
Kama mwanasiasa aliyeogopesha kama swila
Hakupanga njama ya mauti kama anavyodai,

Kama aliyekuwa ameketia kiti cha dhahabu
Akiogopa kubuguliwa uvundo wa ufisadi,
Akitaka watu wasijiue ya kiwanda cha sukari
Na kutingishika sura yake muumini yakini,
Ni nani aliyetuma kifo kumchukua waziri

*****

Kwa moyo uliojaa imani, itikadi ya Kikatoliki
Moyo uliofurahia huduma kwa wanyonge
Kasisi aliwakumbatia waliotimuliwa makwao
Manusura waliopiga chenga parange za wauaji
Wakakimbilia kambi iliyochipuka ardhini
Kuwaauni waliosakwa na walionywishwa sumu

Kasisi alikamatwa na kupigwa na wakala wa dola
Kama kigingi aling'olewa kituoni alipohudumu
Lengo likiwa kuzuia ujasiri wa macho na pua
Kuwa karibu na kidonda ghasi cha siasa buka

Kwenye vikao vya tume iliyomulika chanzo damu
Muumini kutoka ng'ambo ya Bahari ya Atlantiki
Aliotea kidole cha lawama mashabiki wa utawala
Akuhofia kumtupia jicho wakazi wakuu wa ikulu,
Kwa uzi ulioonekana na wenye macho makini
Akawafunganisha na mbubujiko wa damu vijijini.

Wasichana walipofichua ukweli wa maonevu
Walipotaja sio ghulamu wenza shuleni au kijijini
Bali waliosafiria masagingi yenye bendera,
Banati mwenye miaka kumi na minne ya maisha
Alipofafanua alivyotungwa mimba na waziri,
Alipoleta katika mwangaza alivyopewa pesa
Binamu, waziri, akasema,"Nenda ukomeshe uhai!"
Haya yalipojiri na watu kustaajabu, "Jamaani!"

14

Kasisi aliwapokea vijana kwa mikono ya huruma
Akawatambulisha kwa shirika la kupigania hadhi

Wapiganaji walipojihami wakaenda mahakamani
Walipowasilisha mashtaka dhidi ya "Mheshimiwa",
Hakimu alitupa kesi kwenye kapu la takataka,
Nyumba walimohifadhiwa wadhulumiwa
Ilivamiwa na wakala wa dola wenye mitutu,
Banati walifurushwa kutoka mwavuli karimu,
Waziri aliendelea kuishi kwenye bashasha
Akilindwa na askari wakilipwa na umma!

Kwa madai ya kuisha muda wa kibali cha kazi
Serikali ilidhamiria kutimua nchini kasisi jabari
Sauti ya balozi wa nchi ya nembo ya mwewe
Ilipoungana na ya Askofu wa Kanisa la Roma
Ikamtoa kwenye mbano wa koleo la vitimbakwira

Baada ya kutambulika kama ngumi ya haki
Baada ya wanasheria kumuenzi kwa ujasiri,
Barabarani, garini, akielekea mji wa Bonde
Akibeba hati iliyolengwa tume ya uchunguzi,
Akiwa na nia ya kuwa shahidi katika Hague
Nguli alipigwa risasi usoni kutoka karibu
Bunduki iliyomtungua ikaachwa alipozimikia
Kupanda mbegu ya hadithi dang'anyifu
Kuchezea watu akili kwa wingu la ughururi

Licha ya mjuzi kutoka ng'ambo ya Atlantiki
Kutazama picha na kudai, "Kasisi alijitoa uhai"
Kauli yaaminikayo si ya mgeni kutoka mbali
Ni ya wataalam wapeperushao ujuzi nyumbani
Maoni yaliyoafikiana na jaji mwongoza tume:
Jasiri hakujitoa roho; taa ilizimwa mwangaza!

15

4

Katika mwanga wa mchana, machoni mwa watu
Alikuwa mkulima na mwanabiashara wa kawaida,
Katika vinywa vya walinda usalama na utulivu
Alikuwa jambazi telezi mkononi mwa sheria

Mara ya mwisho alipopigana kumbo na sheria
Ayali ilisubiri kuona uso wake mahakamani
Subira ilipoyeyushwa na joto la jua la kungoja

Aila walinyanyuka wakaingia mahakamani
Waliinua kanuni ya "Ashtakiwe mshukiwa
Au aruhusiwe kutangamana na mwanga!"
Mahakamani, katika kikao cha kudadisi ukweli
Wanaolipwa kudumisha utulivu katika jamii
Walidai "mhuni" alinuia kutoroka kutoka sheria
Wakamminya uhai, wakamzika katika maziara,
Hakimu aliamuru marehemu atolewe kaburini
Azikwe kwa taadhima anayostahili binadamu

Wakiandamana na mtaalam wa elimu-vimba
Wauaji waligutua kaburi kwa mapigo ya sururu
Kila kimba kiliamshwa kutoka usingizi mnono
Bila hiari, kikalazwa hoi kwenye machela
Kikachunguzwa kwa vidole vyenye glavu
Kuona kama kilikuwa na shimo la moto usoni

Baada ya kuchokoza kaburi zaidi ya kumi
Katika kila awamu hatua ikigonga mwamba,
Baada ya harufu ya ubazazi kuanza kupaa angani
Ikisumbua mianzi ya pua za jamaa na wananchi,
Uendawazimu makaburini ulifikia kikomo

Kuzuia aibu kusakini katika vyombo vya habari
Jaji aliyejitolea kupigania hadhi ya binadamu
Alitimuliwa na dola, alitupwa kituo cha mbali
Haki ya marehemu ya kuendelea kuwa duniani
Haki ya maiti ya kusindikizwa kwa heshima
Haki ya kuagwa kwa machozi, nyimbo na maua
Hizo zikatupwa katika lindi refu la bahari

Miaka mingi baada ya wazandiki kuchezea akili
Ukweli ulipasua udongo ukakutana na mwanga:
Baada ya wakala wa mauti kumpiga risasi usoni

Mwili wa marehemu ulipelekwa chumba cha maiti
Bali, baada ya kutafakari namna ya kuzika ukweli
Wauaji walichukua kimba kutoka hifadhi hospitalini
Wakauchoma msituni kama mzoga wa pili muuaji

*****

Barubaru wenye tabia inayometameta
Vijana wanaovaa maadili kama kanzu
Wanaabiri gari kwenda kumandari jijini,
Kwenye kituo cha petroli, mwangazani
Mguu wa mmoja unaachilia kichapuzi
Unazungumza kifasaha na pedali ya breki
Gari linatii amri na kusimama bila ubishi

Wenza wanashuka wakipwitwa na furaha
Punde, wachuuzi wanaanza kuvumburuka
Mashababi wakunjufu walioshuka garini
Waonapo wakala wenye sare wakiwakabili
Hawaoni wimbi la janga, wanaona watu

17

Kumbe macho yao yalidanganya akili:
Askari wenye kichaa cha mbwa-mwitu
Wanaanza kuwacharaza shababi makofi
Wanabwayabwaya: "Toeni bunduki!";
Upekuzi kwa fujo unapetua vilivyo garini
Ila juhudi hazizai matunda, kisicho hakipo;
Mwenye nguvu ya dola analenga shabaha
Kuvuta kifyatulio kwenye silaha ya umma
Vivi hivi, ovyoovyo, wasio na doa la hatia
Wanazimika kama kandili mbili upeponi

*****

Baada ya sherehe mwafaka kwa rafiki
Mwanamke mwenye taadhima angavu
Anatembelea mtambo wa huduma za pesa,
Punde, polisi wendao kwa mikogo mingi
Wanamtaka kuwaonyesha kitambulisho,
Baada ya kuona kifaa halali bila dosari
Wanaanza kumdadisidadisi kwa mikiki
Ghafla, wanamvisha tambara la "Malaya!"
Wanampeleka kituo cha visa vya gehena,
Bila jina na tarehe kuandikwa katika O.B.
Anatupwa katika seli inayonuka mauti
Anatitigwa kwa makofi, ngumi na mateke –
Wakimlainisha atoe chichiri kimaumbile!

Baada ya mwanamaadili kukangatia heshima
Baada ya ndoto ya mwendu kugonga mwamba
Baada ya saa kadha wa kadha za jekejeke seli
Kimanzi anafunguliwa mikatale ya dhuluma
Anaruhusiwa kutoka kizimba cha kikosi buka
Anaenda nyumbani akibeba gunia la majonzi

*****

Baada ya kukataa katakata kutoa "kitu kidogo"
Mwananchi asiyejua sheria zinavyovunjwa
Alitupwa katika korokoro inayokebehi uhai,
Alitwangwa makofi ya cheche kali za moto
Macho yalipogeuka mekundu kama undu
Yaliposhindwa kutofautisha mwanga na giza,
Baada ya kuwa tuli kama gogo la mgomba
Alibebwa kama gunia la mihogo hadi hospitali,
Wahudumu watambuzi walitamka kitaaluma:
"Huyu si mgonjwa anayehitaji ukarabati
Huyu ni maiti yenye mwili baridi kama jiwe!"

Kama mazoea ya kufuta majina yao damu
Wauaji wasiokumbuka idadi waliozima uhai
Kama kawaida, walibuni uongo na kuarifu:
"Umma ulimshambulia mshukiwa kwa hasira
Nasi, kama ukuta dhidi ya wimbi la ghadhabu
Tukamwingiza katika seli iliyonukia upendo
Ndipo majeraha ya awali yakamzima uhai"

Vilizuka vilio vya aila, marafiki na majirani
Yakafuata mazishi ya aliyeshikilia maadili
Akabakia mjane na wana-wakiwa wachanga
Wakisubiri ianze kulia mijeledi ya uchochole
Baada ya mkono uliohimili nyumba kwa riziki
Kukatwa na waliopewa jukumu la kuhudumu
Wakajigeuza chanzo cha mtiririko wa machozi

*****

Banzai ya barubaru na tajiri mpangishaji nyumba
Kunazuka wingu la suitafahamu ya kibiashara,
Baada ya mkwasi kuongea kwa lugha ya hongo
Shababi anapelekwa kambi ya mkuu wa kata,
Baada ya chifu na askari kumunyuka kwa muda

19

Jamaa wanampeleka kukarabatiwa hospitali,
Njiani, mauti yanampiga pambaja kunjufu
Yanampokea katika maisha ya ughaibuni

Ayila ya marehemu wanajaribu kutafuta haki
Bali chifu na askari wanaonuka kama vicheche
Pamoja na tajiri anayevalia ujeuri mithili kofia
Wanajenga ukuta baina ya mahakama na wafiwa

Chifu na askari wanaendelea na vikwakwa
Wakinyofua nyama-choma kwa pesa za hongo,
Tajiri mwasisi wa huzuni iliyovamia jamaa
Anazidi kusafiria maisha kwa mashua ya ujeuri
Milioni mbili zilizoingia katika akaunti ya jaji
Kwake kamwe si jambo la kumpunguza raha

*****

Mzandiki mwenye mpango wa mauaji
Anapiga simu kwa walinzi wa usalama
Anadai mwananchi amepokonywa gari
Chombo kinatambulishwa kwa nambari,
Mwenye gari lililotajwa kwa nia mbaya
Akiendesha jasho halali kwa bashasha
Akibeba wenza wasio na tone la hatia
Anafika penye kundi la wakala wa dola,
Bila maswali, bila kutathmini madai
Wananyunyiziwa rasharasha za mauti

Kwenye uchunguzi wa mwanapatholojia
Maiti ya mlemavu aliyekuwa garini
Mwananchi aliyejua kujichumia kihalali
Unathibitisha risasi, sio moja, bali nane
Zilizozama kichwani, kifuani na tumboni
Zikatumbukiza kaburini aliyemetameta jina

*****

20

Izukapo amri halali kisheria ya,"Simameni!"
Kusudi kumtumia kama ngao dhidi ya risasi
Jambazi linakwepua mtoto na kujikinga naye,
Akili ya mwenye mavazi ya wakala wa dola

Inatuma mikono kuandaa bunduki kufanya kazi,
Kiholela, kidole kinavuta kifyatulio cha AK 47
Risasi inapiga mbizi kwenye mwili mchanga

Wakala wa mauti wanabeba majeruhi
Baada ya kitambo bila huduma ya kwanza
Wanaolipwa kuhimili maisha na mali
Wanamweka mtoto chini kama gogo,
Wapita njia wenye nyoyo zinazotitima utu
Wanamnyanyua na kumkimbiza hospitali
Ila akutanapo na mboni za madaktari
Mtaalam anatoa kauli inayopapura moyo:
"Mtoto alikata roho zamani!"

Familia iliyoamka kila jamaa akiwa mzima
Mtaa uliokaribisha siku kwa uchangamfu
Zinatumbukia katika kibunga cha majonzi,
Wazazi waliotia bidii za mchwa katika malezi
Wanaishia kuwa na maisha yaliyojaa uchachu,
Watoto wenza waliocheza daima na marahemu
Wanapoteza mwenza waliyempenda kwa dhati

*****

Baada ya kuzungumza na Muumba wao
Nje ya jingo, hali ya anga ikitabasamu
Hatua chache jengo takatifu la ibada
Bila kuulizwa, wananyunyiziwa risasi
Kama takataka ya jiji, wanaokotwa
Wanatupwa kwenye Landrover ya polisi

21

Gari linang'oa nanga, kisha kusimama,
Wakala wa mauti wanashuka kwa mikogo
Wananong'onezana kwa nia ya kishetani,

Tairi za Landrover zinachapa lami tena
Na gari kusimama katika dimbwi la giza,
Barubaru wanapigwa risasi za mwisho

Izraili wenye sare rasmi za dola
Wanawapeleka kunakokarabatiwa miili
Wadai wameua majambazi wawili sugu;
Waamuzi wa walio hai na walioghura
Wanagundua mmoja amehama dunia
Ila wa pili, kifauongo, alichenga kifo
Kwa bahati nasibu, akaponea chupuchupu

*****

Kwa ishara, polisi wanasimamisha basi
Abiria wanahitajika kushuka garini
Wote wanaamrishwa kulala kifudifudi,
Upekuzi unapata bastola kwa msafiri
Wengine wanashukiwa kwa hili na lile
Wasio na jambo wanarudi ndani ya basi
Kwa ruhusa, dereva akanyaga kichapuzi
Mara basi linapoacha upeo wa macho
Washukiwa walioagizwa kulalia tumbo
Wananyunyiziwa risasi migongoni,
Baadaye, kama ilivyo kawaida ya taifa
Nchi itatangaziwa kwamba wahalifu sugu
Wameondoshwa duniani kwa risasi halali
Baada ya makabiliano makali na polisi

*****

22

Baada ya kikosi kinachokebehi uhai
Kiholela, kuvuta kifiatulio cha mauti
Na risasi kumpata mchochole mgongoni,

Baada ya majeruhi kuamua kupiga ripoti
Mwenye sare aliyetumia silaha kiholela
Anaapa atamfunza yahe cha mtema kuni!

Baada ya mdhulumiwa kupata wakili
Baada ya kikao halali mahakamani
Mwenye majeraha ya mwili na akili
Akiandamana na wakili mteteaji haki
Wanaagizia dereva wa teksi halali
Kuwarejesha salama walikotoka jijini

Teksi, ikibeba mnyonge na wakili
Inang'oa nanga na kukabiliana na lami
Ala!, badala ya kufikia nia nyoyoni mwao
Njiani wanatekwa nyara na wenye uwezo

Baada ya siku kadhaa zilizojikokota
Siku za aila kuteswa na joto la kihoro
Siku za umma kukerezwa na babaiko,
Maiti zilipatikana katika gunia majini
Majeraha yaliyopiga yowe kwa macho
Yakiashiria mateso waliyopata watatu:
Walitupwa kwenye kizingia cha dhiki
Walipondwapondwa tungule za uzazi
Walivunjwa mafuvu kwa majabali
Waliwekea vizuizi kwenye njia ya hewa
Mapafu yakatengwa na hazina ya pumzi

Wendu tayari wameshtakiwa mahakamani
Ila maswali yenye mwashomwasho mkali
Yanaingia akilini kwa mawimbi tatizi:
Isingekuwa mmoja wa waliozimwa uhai
Alikuwa mwanasheria mwenye jina tajika,
Isingekuwa chama cha wanasheria nchini

Kilipandisha sauti na kuinua mabango,
Ingelikuwa watatu waliofurushwa kaburini
Walikuwa wachochole wasiojulikana mbali,
Hizi nyende kutoka vinywa tumbitumbi
Zingepaa angani kwa makali ya kukata
Au harakati za maisha katika taifa
Zingeendelea kusonga mbele bila kituo
Bila kusikika sauti za kupapura fahamu?

Mmoja miongoni mwa waliozimwa uhai
Asingekuwa shujaa mtetezi wa haki
Isingekuwa wakala wa shirika la kigeni,
Ingekuwa waliopigwa dafrao na mauti
Walikuwa yahe wasukuma mikokoteni
Wangekuwa wafumaji mikeka ya miyaa
Wangekuwa wavuvi wa dagaa au kambare
Taifa kweli lingetupa siahi kali angani?

Iwadiapo haja ya kusaka mtaa au kijiji
Badala ya wanamsako kufuata kanuni
Wanavaa gwanda jekundu la uendawazimu
Wanavunja milango kwa mateke na talimbo,
Ndani ya nyumba, baada ya cheche za vitisho
Wanaliwazwa kwa pesa na wanaotetemeka

Wanajitwalia simu, saa, redio na johari,
Wasipozimwa ghadhabu kwa milungura
Wanateketeza mijengo kwa ndimi za moto
Akiba ya wakazi inageuzwa moshi na jivu

Viganja mikononi mwa polisi wa kiume
Vinashambulia skati, virinda na zaidi
Macho yao yanakutana na miili bila stara,
Baadhi ya mabibi, wakionywa kwa bunduki
Wanageuzwa mitambo ya kufariji afande

Wasio na pesa za kulegeza koleo za msako
Wanakusanywa kiholela, wanatupwa garini;
Kwenye vituo vya polisi vinavyonuka mauti
Wanachemshwa katika vyungu vya dhiki
Wanaishia kupata vidonda vya mwili na akili –
Kazi ya mikono ya wanaotemea haki mate

*****

Wanaovimbishwa nyoyo na hamaki halali
Wanapomiminika barabarani kama sisimizi
Sauti zao zikipinga haki kukanyagiwa chini,
Wakala wa dola, ufidhuli ukiwadondoka
Wakiwa nyuso wamezitabanga kwa kunyanzi
Wanawakabili kwa gesi ya kutoza machozi
Wanajaribu kuwatawanya kwa maji ya asidi

Wakala wa dola wanapowafikia waandamanaji
Wanawatitiga kwa makofi, mateke na rungu,
Wapinga dhuluma wanapoteguka na kuanguka
Wanakanyagwa si kichwa, si tumbo, si mbavu,
Wanagongwa vikali kwa mipini ya bunduki,
Wanapigwa bila kuulizwa hili au kuambiwa lile

Mara nyingi katika historia ndefu ya dhiki
Wakala wa dola wakabilianapo na wadaihaki
Hutumia sio tu rungu, talimbo na viatu vizito

Pia hulenga shabaha na kuvuta kifyatualio,
Kuzima uhai shaghalabaghala maandamanoni
Kunawapa msisimko wa uwezo juu ya maisha

*****

Baada ya matokeo ya uchaguzi kuvuruga hali
Baada ya waandamaji kumiminika barabarani
Wakala wa dola walijiandaa kwa mavazi ya kazi
Wakakabili umati wakiviringisha fimbo angani
Kukafuata kutupa gesi ya kutoza machozi

Bila sababu zenye uketo, kinyume na sheria
Wakala wa dola wanafyatua risasi kiholela
Maisha ya waandamanaji na wasioandamana
Yanafutwa kwa moto wa mauti kutoka mitutu
Familia maskini zinaanguka kwenye simanzi

Katika makabiliano na waandamanaji mitaani
Afande wamekata sio tu maisha ya watu wazima
Bali kwa unyama unaokithiri mipapa ya ukatili
Wamezima wasioelewa maana ya vurugu nchini
Wamekata maisha ya watoto bila doa ya sibiko

Kinyume na matarajio kwa wenye akili timamu
Askari wanafyatua risasi katika mtaa wa mabanda
Moto wa mauti unampata banati kwenye roshani
Kufumba na kufumbua, johari ya miaka tisa
Anaangukia saruji kavu, inazima miali ya uhai!

Katika mtaa tofauti, kinyume cha sheria za nchi
Wanaotisha kwa kuvaa sare za wazima fujo
Wanajitoma katika nyumba bila ya kibali,
Baada ya kumtitiga bwana mwenye makazi

Baada ya kumwaibisha mbele ya aila zake
Wanamtwanga mkembe kwa rungu kichwani
Wanamtupa kuzimu aliyeishi miezi sita pekee

Wazazi waliosumbuka kwa miaka na mikaka
Kila mara tarajio la kuwa na furaha mikononi
Likiasi mwili wa mama na kuyeyuka kwa kejeli
Hadi mji wa uzazi mtundu ulipowaonea huruma
Subira ya miezi tisa ikawa bashasha nyumbani
Sasa wamerudi katika shimo refu la kibuhuti

*****

Wanasare waingiapo kwenye mabweni vyuoni
Akutwapo si chumbani, si kwenye shorovea
Hupigwa ja nyoka aadhibiwaye kwa kung'ata,
Wakutwao wamezama vitabuni kama nyambizi
Kwa juhudi wakisaka alama zinazometameta
Hutitigwa kwa ukatili unaotatarisha cheche

Katika kisa cha kukereza nyoyo na akili
Wakala wa dola wanavamia mhadhara,
Kwa kelele kingi na amri za "Chuchumaa!"
Wanawafunika walimu kwa wingu la aibu
Wanawacharaza wanafunzi makofi makali

Wanatoma katika mabweni ya wasichana
Mbali na kuwaumbua kwa lugha pujufu
Mbali na kuwatitiga kwa makofi na mateke
Wanawachafua miili kwa moto na majivu
Wanawaacha na alama za mlale wa aibu!

Tuuite ukatili, unyama au maradhi ya akili:
Baada ya polisi kushindwa kuingia chumbani
Mwanafunzi anashurutishwa kufungua dirisha
Si kwa nia ya mazungumzo, si kwa mashauri
Bali kwa hamu ya kutupa ndani gesi ya machozi
Kutesa ghaya ya mateso asiyekuwa na hatia?

Uchimbuaji ulipoanza katikati ya jiji
Macho hayakuona ajabu hata kidogo,
Mijengo huchipuka katika sehemu wazi
Ikapaa na kupamba anga kwa umbuji
Kusiwe na wasiwasi sumbufu nyoyoni
Wala dukuduku la shaka katika fahamu

Hatukujua kwenye mchoro wa ujenzi
Msarifu mijengo, makusudi, kwa maagizo
Alichora vyumba vya kuhimili udhalimu;
Jengo halikuwa la harakati halali pekee
Lilikuwa pia kizimba cha miradi ya shetani

Wananchi waliothubutu kutumia akili
Walikwepuliwa na mikono ya majasusi
Huku macho yametengwa na mwangaza
Walizungushwa wasijue usiku au mchana
Hadi waliposhukishwa kwnye sakafu za chini
Kutupwa kwenye vyumba vya jahanamu
Maeneo yaliyosheheni maji ya kuchoma
Si kwa joto la nyuzi zilizokithiri kupanda
Bali kwa baridi ya kutengenezwa na friji

Giza lilitamalaki na kudhibiti mandhari

Baada ya mboni za macho kunenepa
Kimaumbile, kujigeuza kuoana na hali,
Zilishambuliwa kwa mwangaza mkali
Kusudi kuwezesha mionzi inayonguruma
Kupenyeza hadi kwenye mafundo ya neva

Stima ilipata wadhifa mpya wa kishetani
Badala ya kuwa mhisani wa kuleta mwanga
Badala ya kuwa rafiki wa kuboresha maisha
Badala ya kuwa mbinu ya kurutubisha furaha,
Sasa, ilikuwa mgeni wa kuzua sokomoko:
Kwenye panda za miguu ya watuhumiwa
Nyaya ziliunganishwa na viungo vya mwili
Na mkondo wa umeme kufunguliwa njia

Maisha ya watuhumiwa hayakuwa maisha
Yalikuwa tajriba katika kumbi za gehena
Yaarifiwa jinsi genge lililoloa asidi ya ukatili
Bila kuguswa na kwenzi za kuomba huruma
Liliposisimukia kung'oa kucha kwa vikoleo
Kuzamisha sindano vidoleni kwa vikwakwa
Na kupondaponda kokwa za uzazi kwa furaha

Walioingia katika karakana ya Lusifa
Wanasimulia walipojumuika chumbani
Si na rafiki, si na mwenza, si na aila
Bali na vimba vya waliotengwa na uhai;
Wanasimulia moto wa kiu ulivyowachoma
Walipokunywa, si soda, si maji, si uji
Bali mkazi lowevu aliyetemwa na figo;
Wanasimulia meno ya njaa yalipowavamia
Walikula, si wali, si ndizi, si maandazi
Bali uchafu uliokataliwa na tumbo na chango

29

Wakitiririkwa na machozi mashavuni
Wanasimulia jinsi katika jengo la Lusifa
Walivyomwagiwa maji yenye meno baridi,
Walivyopuliziwa hewa iliyoguguna ngozi
Hewa iliyofanya damu kuduwaa mishipani,
Walivyosongonyolewa katikati ya miguu
Au kwa mshiko wa nguvu wa kusokota
Kuvutwa sehemu ambayo nakataa kutaja
Kwa kuhofia kuitwa mwenye lugha pujufu

*****

Baada ya milio ya bunduki katika giza
Wanasare wapiganao kwa mabawa angani
Wakijaribu kumwondoa mamba kivukoni
Wananchi wafululize na safari ya maisha,
Baada ya hayawani kutetemeka chango
Na hofu yake aliyoibeba tangu mwanzoni
Kuongezeka na kuwa maradhi ya akili,
Aliongeza ukatili, sio tu dhidi ya hasidi
Bali pia dhidi ya wapinzani dhahania,
Alipigana sio tu kwa uwezo wa duniani
Bali pia kwa ujuzi kama wa jahanamu,
Haki za wananchi bila doa la tone la hatia
Zikageuzwa zulia la kufutia viatu matope

Askari walisukumwa hadi mahakama za kijeshi
Zilikizwa kesi zilizokuwa zimeamuliwa tayari
Walihukumu vifungo vya miaka na mikaka
Wengi wakavamiwa na ukiwa gerezani
Miili ikanyauka na kusalia picha za magofu,
Akili zikapata kutu kama vyuma vilivyotupwa

Walimu wa vyuo waliokuwa na mwamko
Wakakwepuliwa nyumbani vikosi vya dola
Baada ya mashambulizi makali dhidi ya mwili
Baada ya kusongonyolewa akili na mababe
Walipelekwa mahakamani bandia usiku
Wakatupwa katika tanuri za gehena

Alikuwa mtu madhubuti kimawazo
Aliposhika nyadhifa muhimu serikalini
Alihudumu kwa mafanikio yaliyong'ara,
Alikuwa mahiri katika kuzalisha mali
Biashara zake za hoteli za kitalii na shule
Zilikuwa za kuonewa fahari na wananchi

Alipovutwa na ndoto ya kuona vyama vingi
Akajitosa uwanjani kuchangia mfumo mpya
Maisha yalipinda ukaanza mteremko laanifu:
Babe alipokohoa kuashiria vitunda wahudumu

"Adui" alikwepuliwa akatupwa kizuizini
Alitwangwa katika kinu na mchi wa dola
Ilighura afya imara ambayo siku za nyuma
Ilimkweza mlima wa theluji hadi kileleni,
Kiharusi kilimpiga bakora na kuwaangusha
Vitunda wa Lusifa wakamnyimwa matibabu
Akili ikaingia mseto wa mawingu na giza
Neva za mikono zikaduwaa, zikagomea kazi
Licha ya bidii za wataalam wa bei kubwa
Ulemavu ulimshambulia na kukataa kuondoka

Leo, yumo katika hali ya kutia moyo kibuhuti
Analala kichalichali wakienga dari ya hospitali
Minyiri iliopiga mbizi kwenye mianzi ya pua
Ikiunganisha mwili na mtambo wa kuhimili uhai

Biashara zake zilizometameta na kufurahisha
Shule zilizoitika zilipoitwa kwa jina teule
Hoteli zilizotia fora kwenye fukwe za haiba
Zimeporomoka, kifedha, zinalala vumbini

Hayawani buka waliozima nyota iliyong'ara
Hawajachapwa mijeledi ya mkono ya sheria
Hawajaingia katika kizimba mahakamani
Bado wanafurahia fariji tolatola za maisha,
Babe aliyetaka wapinzani waminywe uwezo
Hajaonja dhiki ya kukiuka haki za binadamu
Anakunywa maziwa kwa bilauri la dhahabu
Analindwa na askari katika kiti cha ustaafu

*****

Mbwa wa polisi mwenye dharau kali
Anatafuna nyayo za mtuhumiwa
Na kuacha damu na nyama nyekundu,
Baada ya jaribio la kuficha kosa lilozuka
Asiye na hatia anashauriwa kutia sahihi
Anahitajika kukiri kosa ambalo hakutenda,
Baada ya kukataa kurutubisha uwongo

Afande buka, bastola ya Ceska mkononi
Uwi moyoni, ulevi wa ufidhuli kichwani,
Anatishia kulipua majeruhi fuvu kwa moto;
Kwa kuogopa ukiwa na baridi ya kaburi
Mshukiwa anatia sahihi ya unyonge,

Wanaoshikilia maisha yake mikononi
Wanamnyima haki ya kwenda hospitali,
Baadaye, katika kizimba, mahakamani
Hakimu, akitumia habari zilizobuniwa
Anamtumbukiza mtuhumiwa korokoroni
Huko, kwa miaka kadhaa aliyohukumiwa
Atakuwa chakula cha kunguni na chawa

*****

Mtuhumiwa, minyororo imara miguuni
Anasimulia jinsi, kwa mafuta ya mateso
Polisi walimkaanga katika jahanamu
Kusudi kumshawishi kukiri lililobuniwa
Baada ya kukataa, mbabe mwenye sare
Akipumua mori, anaingia katika seli
Mkono wake ukishika ubao unaotisha
Mapigo yanatutuma kwenye mabega
Yanalia kwenye fuvu, ngoko na mtulinga

Radi ya mapigo inapompokonya fahamu
Mtuhumiwa mwenza, bila kudhamiria
Anapiga unyende, anashtakia dhuluma

Katika jaribio la kurejesha maiti kutoka wafu
Mbabe anajizatiti kuimwagia maji machafu
Ila harakati za kukata na shoka hazifui dafu

Baada ya onyo kali kama pilipili hoho
Milele kufunga kinywa kwa kufuli tatu
Mtuhimiwa aliyeshuhudia haki ikibatilishwa
Anafunguliwa minyororo na kurejeshewa utu

*****

33

Makachero wenye hasira inayofufurika
Wanamkamata kachero mwenzao,
Ili kumteremsha katika shimo refu la aibu
Wanamvua nguo kwa mikono ya dharau
Wanamwacha akiwa uchi kama tumbili,
Ananing'inizwa kwenye dari ya nyumba
Karakara zake za kiume zinasongolewa
Huku wasongoaji wakiangua kikwakwa
Wakichangamshwa na nyende za uchungu

Baada ya waliokuwa wenza na marafiki
Kumfanyia kazi katika karakana ya Lusifa
Anaachiliwa kutoka himaya ya kikoleo
Ambako giza la mchana lilifanana na la usiku

Leo kachero aliyekuwa chemichemi ya uwi
Anatembea akipepesuka kama aliyechakarika
Mikono yake si tofauti na nyungunyungu,
Sehemu zilizoumbwa kuzuia kukatika vizazi
Sina sifa ya ukame mkubwa kuliko Kalahari,
Haki ya kuwa na afya inayostahili binadamu
Haki ya kuwa na uwezo wa kuwa na watoto
Hizo zilivurumishwa katika lindi la bahari

*****

Ole wao wenye macho yanayometameta
Wakutanapo na wenye sare za dola!
Dunia huwa mahali pabaya mithili jinamizi,
Ole wao walioumbwa wakiwa na ngozi laini
Wajipatao mikononi mwa afande wa kiume
Jahanamu huwapokea kwa kuangua kicheko

Usiseme, "Hiyo si nongonongo bila mashiko"
Au, "Hizi ni habari zilizomiminiwa chumvi":
Bila kutarajia, bibi alivamiwa nyumbani
Akidaiwa kuwa mwanakundi chochezi
Kwa gruneti za dhuluma, akalipuliwa akili
Kwa miezi mitatu ilioiga urefu wa karne
Alikuwa mkazi katika dimbwi la madhila

Alipodidimishwa katika bwawa la jitimai
Wababe waliokuwa na vifua bila nyoyo
Walimsugua mbele kwa unga wa pilipili
Kisha, hapo, wakasindilia chupa ya soda,
Kwa mawimbi makubwa yasiyoelezeka
Uchungu ukapigana mieleka na uchungu
Katikati ya miguu pakawa na mioto milioni
Hatimaye, alipoingizwa mahakamani
Sura yake haikuwa ya binadamu hai
Ilikuwa ya mfu aliyevutwa kutoka maziara

Kwa mpango kabambe, wadhibiti jela
Hulenga baadhi ya watuhumiwa wa kiume,
Kama nyenzo ya kuwakwanyua hadhi
Huwatoa kama zawadi kwa majambazi sugu
Kutendwa yasiyotajika kwa ulimi au herufi

Siku za kike ziwatembeleapo wanawake
Watuhumiwa hunyimwa bidhaa za usafi,
Karatasi za msalani, sifongo ya magodoro
Vipande vya blanketi, kujifuta kwa vidole
Huwa ndizo njia za kujihudumia mwili

Kwa masharti ya matusi na mapigo
Wanaobanwa ndani ya kuta za gereza
Hukwangura uchafu msalani kwa mikono
Si kwa kuvalia glavu za mipira kujikinga
Bali kwa viganja na kucha bila stara

Hii si bwayobwayo, huu ni ukweli hadidi:
Kushurutishwa kutumia choo ambacho
Kinafurika takataka isiyotazamika, isiyotajika
Ndio unyama unaowapa raha wadhibiti jela

Kwa masharti ya moto wa makofi na mateke
Mwenye nyayo bila viatu, bila soksi, wazi
Anarandaranda juu ya uchafu kutoka tumbo
Na unyevunyevu uliotemwa na figo!

Wakati wa kulala, kama samaki sokoni
Mpangaji hupanga wafungwa kwa makini
Si kila mfungwa kitandani, godoroni
Si kila mmoja kwenye tengo la heshima
Bali wakibanana kama simu katika mkebe

Aliyepangwa sharti atege masikio usingizini
Mdhibiti akikohoa na kutema amri ya kugeuka
Sharti bweni zima, kama kwa nguvu za stima
Ligeuke pamoja bila wa mpuuza mwondoko

Ole wake athubutuye kwenda haja ya kimwili
Nafasi anayoacha, pengo la mchanga dudumizi
Hujifunga punde achomoapo mwili mbanoni

*****

Wafungwa wapya wanapofika gerezani
Amri inapogonga viwambo vya masikio
Sharti mwili wa kila mmoja uage mavazi
Mbele ya askari, machoni mwa wenza
Apanue panda ya miguu kwa kurukaruka
Waliopewa mamlaka ya kudhibiti asasi
Kwa makini, watathmini tundu la mwili

Ndwele ya mfungwa, kamwe si ndwele
Ni mchezo tu hadi afande msimamizi
Aseme kuna ugonjwa na, kwa maandishi
Apendekeze auguaye amwendee daktari

Ni wengi wanaotoa idhini kwa maradhi
Kujenga kasri madhubuti ndani ya mwili,
Ni wengi wanaotangaza kwa sauti thabiti
Kwamba wao ni wazima kama kigongo,
Kwani wanaothubutu kufichua maradhi
Hawapigwi tu na askari, wanatitigwa-
Hiyo ndiyo stetoskopu itumikayo jela
Ndiyo njia ya kutenga wawele na wazima!

Kinachovuma kimbunga cha ugonjwa
Kinapoangusha watu kama madakata
Kwa wagonjwa, hiyo ni baraka kubwa:
Bila kupitia uchungu wa moto wa fimbo
Bila kutandikwa mateke na makofi
Wanaougua wanapelekwa hospitali!

*****

Ni uwi wa kiwango gani katika akili
Askari kusimama mlangoni mwa choo
Kusikiza, akitabasamu kwa mwehu

Tundu la siri la mwili wa mdhalilishwa
Likitoa, labda, sauti za milipukomilipuko
Katika mazungumzo yake na maumbile?

Baridi iliyoje katika mishipa ya damu
Ziwadiapo nyakati za kwenda haja:
Nyayo za mfungwa zilizotamauka
Zinakanyaga kinamasi kwenye sakafu
Zikilakiwa na vijasumu vya aina nyingi?

Magodoro ya sura inayokera macho
Blanketi zinazokejeli mianzi ya pua
Ndizo nembo tambulizi katika jela;
Genge la chawa na kunguni wanono
Viroboto wachangamfu kama maarusi
Ndio wenza wa mfungwa kucha kutwa;
Vijasumu vijeuri vya kifua kikuu
Kuvu katili ya maradhi ya ngozi
Ndizo zawadi adimu za makaribisho
Ndizo tunu wapatazo wafungwa wapya

Kama si hofu ya kuonekana baradhuli,
Kama si kuogopa wimbi kuu la aibu,
Ningesafisha koo, kupaza sauti na kusaili:
Hawa wafungwa wenye ngozi teketeke
Watu ambao kwa sanjari ndefu ya miaka
Wametengwa na tabasamu za wanaume,
Hawa wafungwa wenye macho maangavu
Mabibi ambao wamedhibitiwa na kuta za jela,
Wamepanda vipi tumbo na kuongeza uzani,
Wametafuna, wamemeza chakula sampuli ipi

Wakaongeza kuviringa na utebwere wa miili,
Wamekula viazi, wanga au mhogo aina gani
Au huu ni ushahidi wa walinzi wa kiume
Kudhulumu wafungwa chini kwa chini
Kinyume cha haki na kanuni za gereza?

9

Kusudi kuhifadhi makalio katika kiti adhimu
Kiongozi buka alipinga kurejea vyama vingi,
Nyamaume kadhaa walipiga nyoyo konde
Wakaapa liwe liwalo, nchi ingeboreshwa,
Mwito ulipaa angani, wananchi wakaitika
Mikutano ilipangwa, halaiki walihudhuria,
Vitimbakwira walikabili umma kwa vitisho
Kwa mikiki, polisi walitupa gesi ya machozi
Wazalendo walijizatiti, mashujaa walititigwa
Mitutu iliinuliwa, risasi zilipiga miluzi
Damu ilibuguika kutoka majeraha
Baadhi ya ngumbao walivushwa mpaka
Waliingizwa katika nyumba za maziara

Nguli walinyakuliwa kutoka nyumbani
Vidoto vilivyokazwa vikiwadhibiti macho
Walipitishwa barabara zisizotambulika
Walichezewa akili wasitambue walikokuwa
Hatimaye, walipelekwa vyumba vya Lusifa
Mbali na ulimwengu, katika upweke katili
Kinyume na kanuni za nchi na za kimataifa
Walinyukwa, walisongolewa viungo vya siri
Walizirai na kupata fahamu na kuzirai tena

Waliobaki nje waliendelea kuvuta kamba
Kindumbwendumbwe kilichacha nchini
Hali angani ilipanda joto na harara
Ukali wa upinzani ulipolingana na ubabe
Kiongozi buka alilegeza msimamo hasiri
Kikwazo cha kikatiba kilichobana haki
Kikang'olewa kilipojikita kwa miaka kumi
Mfumo wa vyama vingi ukarejea nyumbani

Kusudi kudai mfumo mpya ulikuwa hatari
Njama zilipangwa na vitunda wa shetani
Wanasiasa na maafisa wa utawala mikoani
Walichakura chuki kutoka vikapu vya ukabila
Yalizuka maandishi yakionya "wasio wetu"
Yakawadia mashambulizi kwa maneno makali
Kisha wahuni walivamia makazi ya "wageni"
Mifugo walikatwakatwa migongo na miguu
Maghala yalitiwa moto na kuunguzwa
Miako ilitafuna nyumba na kutema jivu

Kutokana na uwezo wa mishale na mikuki
Watu lukuki walitumbukizwa kaburini
Waliosalia hai waliponyokwa na mashamba
Biashara kubwa na ndogo zilipukutika
Hati miliki na shahada zilimezwa na miako
Vitabu na sare za shule zilikoma kuwepo

Waliodondoka kutoka viganja vya mauti
Walikataa kurudi walikoponea chupuchupu,
Rairai za viongozi na ahadi za usalama
Hazikufua dafu kurejesha watu walikoghura
Manusura waliuza mali kwa bei ya kejeli

Waliotafuta afu katika kambi za wakimbizi
Waliishia katika mabanda yaliyotabanga utu,
Siri za wazazi zinazoongeza idadi ya vizazi
Zikawa si siri ni kadhia masikioni mwa watoto,
Ukaribiano wa mabanda na mtagusano wa watu
Ulizaa mvukizo wa maadili ya ndoa na familia,
Waliopewa nyadhifa za kuhudumia wakimbizi
Wakachacha katika kuwinda wanawake kihisia,
Kwa kulemewa na lundo la unyonge mgongoni
Baadhi ya wanawake walijitupa kwa wanaume
Wakashukuru kupata blanketi na chakula zaidi,
Moto wa uzinzi uliowaka kwa mafuta ya ufukara
Ukaunguza utuvu wa ndoa mpya na za zamani

Kwa waliohamia mijini wakiotea kujikimu
Uhalisia mpya uliwakebehi kimachomacho
Watoto na shule walitengana ja anga na ardhi,
Wavulana walijifunza uchokora na wizi mdogo
Walifuzu na kuwa majambazi wasiopepesa macho
Milango ya jela ikafunguka na kuwalaki ndani
Walioepuka mlango wazi wa kuingia garezani
Walitumbukizwa kaburini na risasi za polisi jahili,
Wasichana waligundua miili huweza kuleta mchuzi
Wakajitosa kwenye biashara inayotia majina ukuba
Moyoni wakinena, "Mtu hujiauni kwa alichonacho!"

Kinyume na matarajio ya wanaothamini taadhima
Majambazi walioua mifugo na kuchoma maghala
Wahuni waliotimua wakazi makwao kwa mishale
Wauaji waliovamia wakiimba nyimbo za damu
Wakatumbukiza kaburini halaiki bila dosari
Wakaacha mayatima kuanza maisha ya ukata,

Hao wanakanyaga ardhi wakipumua hewa huru
Hayupo mkatili anayekunywa shubiri gerezani
Hayupo aliyemulikwa kwa kurunzi mahakamani;
Haki za waliopokonywa jasho la miaka mingi
Haki za waliotupwa katika giza tititi la maziara
Zote zimepotea katika lindi la bahari ya kutojali

Kuna wanaosema huu ni "wizi wa mifugo"
Ni utamaduni wa kikabila wa tangu jadi,
Nasema, tunayoshuhudia ni zaidi ya mila:
Katika zahanati inayohimili maisha kijijini
Kundi la majambazi likisaidiwa na AK 47
Limechinja umati mkubwa wa watoto
Wameacha maiti zikitapakaa uwanjani
Ungedhani kwamba ni mizoga ya kondoo
Baada ya chui anayefurikwa na hamaki
Kucheza ngoma ya mauti katika boma

Vijiji vilivyorindima utulivu na furaha
Vinaghubikwa na mwako na moshi,
Palipoterema kwa kelele za watoto
Paliporembeshwa kwa sare za shule
Palipovutia kutokana na ndoto angavu
Paliporutubishwa na jasho la walimu
Sasa, baada ya moto kutafuna dawati
Pamebakia jivu na harufu ya moshi

Watoto lukuki bila kibaka cha hatia
Walimu wenye juhudi kama nyuki
Wazazi wakibeba huzuni kama magogo
Wote wamefurukuta, wameghura makwao,
Sasa wanaishi kwenye ugeni unaofedhehi

Maisha bila ashikaye chaki mbele ubaoni
Bila wanafunzi wachangamfu darasani
Bila chakula cha lishe bora tumboni
Bila taadhima ya kuishi kwa amani
Hilo ndilo baa la uhalisia mpya vijijini
Baada ya majambazi kuvamia kwa mori

Yako wapi macho na masikio ambayo
Yanalipwa mshahara kila mwezi upitao
Kusudi magurudumu yenye tairi thabiti
Yazunguke kwenye barabara ya wakati
Bila magenge ya afriti kubinginya watu,
Bila vikundi vya wababe kutatiza njiani
Kwa kuwachimbia watu mivo mirefu
Wapapoanguka na maisha yao kuzimika?

Genge kubwa la wakala wa mauti
Likibeba bunduki za kisasa na panga
Linasafiri vipi kwenye kurunzi ya jua
Linavuka vipi vilima na mabonde
Bila ya waliochujwa, wakavishwa sare
Kuona dalili wazi za mauko nyandani
Bila kusikia tetesi za mashambulizi
Bila kunusa ukaba wa kundi la wahuni?

Kuna wanaofunua vinywa na kusema:
Ukiona vumbi jingi, wimbi la vijana
Limevamia ng'ombe wa kabila tofauti
Kusudi kutafuta mali ya kulipia mahari;
Ukiona kaburi nyingi, wimbi la vijana
Limechukua kundi la mifugo wa majirani
Baada ya kijiji chao kuvamiwa na ukame

43

Hao wasemaji hawasemi lenye mashiko:
Ukisikia nyende za kuarifu kuzimika uhai
Jua akaunti za wanabiashara zimeboreka
Zimefurishwa na ujambazi wa kupanga!

Wanabiashara na watawala wa vidato tofauti
Wanavuna matunda ya mti wao wa damu
Ndivyo hivyo wanunuavyo nyumba mpya
Ndivyo wanavyozidi kupanuka vitambi
Ndivyo wanavyoongeza uzani wa makalio;
Nao wakala wa kuuza bunduki na risasi
Wanatabasamu hadi kudhihiri magego
Kwa kunoga biashara ya kuuza mauti

Katika nyika ya wafugaji wachochole
Zana zitupwazo ardhini na jeshi geni,
Silaha zitemazo mauti na ulemavu
Zinashambulia na kuzima wakazi uhai,
Wanaoepuka kutumbukia kaburini
Wapagazwa mzigo mzito wa ulemavu

Silaha katili za Malkia wa Uingereza
Zinawapokonya wakazi miguu na mikono
Zinawaacha na vigutu vinavyoning'inia,
Kwa ukatili, zinawatafunatafuna nyayo –
Waathiriwa wanabaki na vibwiko vijijini,
Bila ishara, zinawalipua mboni za macho
Zinawatumbukiza katika lindi la giza,
Zinawaponda majeruhi taya na meno
Zinawageuza vibogoyo wasiotazamika,
Zinawategua migongo iliyokuwa wima
Zinawafanya vibyongo wa kujikongoja!

Mambo ambayo majeshi ya Malkia
Hawathubutu kufanya popote Uingereza
Kwetu yanatendwa kwa uchangamfu,
Tabia ambazo zingekera mahakama kwao
Mahakama zetu zinafumbia macho mawili

Kwa kupewa misaada ya visarafu vichache
Serikali ya nchi huru inajifunika macho
Silaha za jeshi la mkoloni buka wa jana
Zinachinja wafugaji kwao vijijini,

Ili kupata nafasi chache katika Sandhurst
Badala ya serikali kuwa mlinzi wa umma
Inahiari kusaliti maslahi ya wananchi

Mabomu ya TNT, mabomu ya mifereji
Risasi za kupambana na vifaru, roketi
Zinaachwa katika maeneo ya mazoezi,
Kwa siri, zinabaki zikitamalaki malisho
Zikifanya maisha ya wachungaji malishoni
Kuwa dawamu ukingoni mwa maangamizi

*****

Katika manyatta za wachungaji ng'ombe
Mabarubaru wa Malkia wa Buckingham
Wanawavizia wasichana na wanawake
Baada ya kuwatamalaki kimisuli, kijeshi
Wanadhulumu kwa hujuma za kimwili
Wanawaachia majeraha ya mwili na akili

Safari za kutafuta kuni kichakani
Ziara za kuteka maji kijitoni, kisimani
Kutembelea aila na masahibu kijijini

Kwa wasichana na wanawake makamo
Ni sawa na kuvuka mto wa mamba:
Askari wa Jeshi la Malkia wa Buckinam
Huwapiga kumbo na kuwabwaga chini
Dhuluma inayofuata, haitajiki kwa lugha!

Wake hushambuliwa na mikasa mitatu-
Kwanza, uvamizi wa kimwili na kiakili
Yanafuatwa mashtaka makali ya mume
Msiba wa mdhulumiwa unaitwa njama,
Kama chungu kilichoangukia komango
Ndoa inavunjika na kuacha vigeregenja;
Mali inabaki mikononi mwa mume
Mke, akidondokwa na aibu na fedheha
Anaanguka kwenye dimbwi la ukiwa

Akwambiapo ufisadi na haki za binadamu
Ni sawia na usiku na mchana, mwambie:
Kama si kuhofia kushtakiwa kwa matusi
Ningesema, badala ya kuwa na ubongo
Una lahamu ya muhogo, ndizi na boga,
Kama si kuogopa kuitwa mjeuri au mbezi
Ningeipa akili yako sifa ya segemnege,
Kama si kutaka kuepuka sifa ya kiburi
Ningekughubika joho la umbumbumbu

Ingawa wasemaji watazamapo mandhari
Hawaoni adui wa kuogopwa ja saratani
Ufisadi ni hasidi auaye bila kuona haya:
Baada ya kugawa dawa katika ghala la taifa
Baada ya tiba kuingia famasia za umma
Wanaotiririkwa na vijasumu vya ufisadi

Huzipitisha hadi kliniki za kibiashara,
Muwele ajaye zahanati akisongwa na kimeta
Afikaye akipigana mieleka na kipindupindu
Aletwaye mwili ukipambana na sumu ya pili
Rafu tupu humpokea kwa kicheko cha kinaya
Kabla ya kifo kumpiga pambaja ya karibisho

*****

Punde baada ya ujenzi kufika ukingoni
Kuo za kina huvamia barabara mpya
Na kuipa sura ya shamba la migomba-
Magari yaendeshwayo na wajuzi
Yanapiga chenga kukwepa mashimo
Ndivyo, ghafla, kufumba na kufumbua
Mshindo mkubwa unatabanga utulivu
Baada ya magari mawili yaendayo kasi
Kushambuliana na kutapanya vioo
Na sehemu kadhaa za miguu na mikono
Matunda machungu ya mti laanifu ambao
Ulipandwa na mhandisi na kontrakta
Siku walipovamia pesa zilizonuiwa ujenzi,
Badala ya kujenga barabara madhubuti
Ikawa watu walichezewa vibaya akili

Barabara itakosaje kuwa na mashimo ghasi
Ikiwa badala ya mawe aliyoamuru mhandisi
Imejenga kwa msingi wa changarawa chapwa,
Lami itakosaje kumumunywa upesi na maji
Ikiwa badala ya maki iliyopendekezwa
Imeundwa kwa lami ya upana wa blanketi
Ukora ulioidhinishwa na mhandisi wa serikali
Kufanya akaunti kupanuka kutokana vijisarafu
Hadi kuwa kiasi cha kulipia Range Rover mpya?

*****

Hawahesabiki waliomo ndani ya udongo
Hawakuugua homa ya uti wa mgongo
Hawakugongwa na gari barabarani,
Jengo lililoinuka kwa haraka katika jiji
Limesalimu amri ya mvuto wa ardhi
Limeporomoka na kupondaponda wajenzi
Si kwamba msarifu nyumba hakuwa mjuzi
Si kwamba mhandisi aliishiwa na utaalamu,
Mdhibiti kanuni za ujenzi, mwanatamaa
Alifungwa macho kwa kidoto cha hongo
Yasione kwamba katika uwanja wa ujenzi
Kamwe hakukuwa kunajengwa nyumba
Kutoka chini, uliinuka haraka mtego wa mauti?

Mjengo wa gorofa nane utastahimili vipi uzani
Ikiwa, kwa makubaliano na mdhibiti mijengo
Kwa mazungumzo ya maelewano kupitia "chai"
Umesimamishwa juu msingi ulionuiwa sakafu,
Ikiwa, badala Y14 mhandisi aliyopendekeza
Kontrakta ametumia waya za Y10 au Y12,
Ikiwa, badala ya uwiano wa kokoto na simiti
Wajenzi wamepunguza fungu kubwa la saruji,
Ikiwa, badala ya mwinuko wa mawe manne
Waashi wanapitisha kipimo kila siku?

*****

Wasio na kazi ya kujichumia maishani
Si wachache wa kuhesabika kwa viganja
Ni wengi kama punje za mahindi guniani,
Bali, baada ya kutuma maombi ya kazi
Baada ya kung'aa kwenye mahojiano
Baada ya kuwasilisha vyeti vinavyometa
Isipokuwa wazungumze lugha ya "chai"

Ndoto zinaangukia jiwe gumu la ufisadi
Zinakuwa vigereng'enza juu ya vumbi;
Usione kwa miongo miwili au mitatu
Jirani anakanyaga ardhi bila kupiga hatua
Ukadhani ana akili bwege kama ngiri,
Uboreshapo uoni kwa kuvalia miwani
Utagundua gongo la gogo la kadhongo
Limekingama na kijeuri kumfungia njia

*****

Vizuizi vya polisi kwenye barabara
Si mkakati wa kuadhibu waliokosa
Ni nyavu za kuvulia kitoweo,
Si mbinu ya kuzuia mkono wa kifo
Ni mpango unaorahisishia mauti kazi,
Baada ya kiganja kinachoficha "chai"
Kukutana na mkono wa kasi wa afande

Mahuni wasiofahamu kanuni za barabara
Wakora ambao hawakufunzwa udereva
Macho yakiwa mekundu kwa mihadarati
Wanapita vizuizi wakiwa usingizini

Baada ya kilomita chache kutoka kizuizi
Nyende za abiria zinapaa na zinachana anga
Kabla ya sauti kali ya gongano la vyuma
Kujaza madimbwi kwa wekundu ya damu
Na kutabanga urembo mweusi wa lami
Kwa mabaka ya rangi siagi ya ubongo

Kutoka makao makuu ya vitimbakwira
Zinasikika onyo zenye cheche za moto
Vinapanda vitisho vya kuchukua hatua,

Baada ya miezi isiyo mingi kuyoyoma
Waliozungumza mbele ya kamera za T.V.
Wanarudi kitandani, wanajifunika blanketi
Kuendelea kuota jinsi ya kupora milioni,
Hadi mito ya damu itakapotiririka tena
Mambo yatakuwa kimya bila hatua imara
Bila maonyo mbele ya wakusanyaji habari

Wengi wavaliao kofia nyeupe barabarani
Wengi wenye nembo za dola mabegani
Ni wakala wakuu wa Lusifa na wenzake,
Kila muhula wa shule wanaosoma wanao
Wanalipia karo na kugharamia matumizi
Bila kutia mkono mfukoni kutoa darahima,
Wananunua viwanja, wanajenga nyumba
Bila kusumbuliwa na shakawa ya mikopo,
Wananunua magari, wanamiliki mazulia
Bila kujali hali ya akaunti ya mshahara –
Kuwa marafiki wa wanaomwaga damu
Usahibu na wanaopakaza bongo barabarani
Kunawezesha kuishi peponi wakiwa duniani

*****

Kuna wawekezaji wasiothubutu kuja nchini
Wakiwa makwao wanapata habari zinazonuka
Wameamua kuzalisha mali kuliko na uvumba
Ndivyo umati uliomo katika bonde la ufukara
Unavyoendelea kufariki katika bwawa la ufisadi
Ndivyo ghulamu wanaobanwa na utovu wa ujira
Wanaovyojitafutia riziki kwa visu na bastola
Ndivyo wananchi wakosavyo usingizi nyumbani
Kwa kuwindwa usiku na majambazi wasioogopa

Kuna watokao mbali na kuja kwa tabasamu
Waanzapo kuunda msingi wa kujengea biashara
Kuchekwa na ukweli unaonuka kama kicheche:
Waingiapo ofisini kuwaona wakubwa wa nchi
Badala ya kukutana na binadamu inavyotarajiwa
Wanakabiliana na nyoka wanaochacharisha mkia;
Waghurikapo wakaona wanazungumza na watu
Waanzapo maongezi ya kutafuta hati muhimu
Hukutana na vishawishi vya vitunda wa shetani
Wawapo wenye maadili wasiotaka kujitia najisi
Hujiondokea nchini bila matumaini ya kurudi
Wakaacha milioni za fukara wanaolala njaa
Bila kupanda mbegu imara ya mti wa kiwanda
Ufae waliofinyaa miili kwa kutitigwa na ukata

Kutokana na hamu ya kuwa na mlima wa pesa
Kusudi kupata bilioni za kuficha nje ya nchi
Bidhaa na huduma zinazolipiwa na umma
Badala ya kuwekewa bei yenye msingi sawa
Hupangiwa gharama zilizo juu mawinguni

Ndipo mkurugenzi apate kinungu chenye uzito,
Ndivyo mashirika hubeba madeni yanayolemaza
Ndivyo wateja wa huduma hujipata na bili buka
Ndivyo bei ya stima ilivyopanda hadi angani!

Makampuni yanaposhindwa na uzito mgongoni
Kwa nguvu hugonga milango kwenye vizingiti
Wakafunga viwanda kwa kufuli bila funguo
Wapakia bidhaa kwenye ndege au melikebu
Wakaghura kukwepa gharama za uendawazimu,
Ndivyo hivyo kulemewa na saratani ya ufisadi

Kunavyonyima vijana nafasi za kujichumia,
Ndivyo huundwa malofa wanaokaba watu koo
Na kufanya watu kuishi katika dimbwi la woga,
Huku waliosongonyoa haki yao ya kupata ujira
Wameficha bilioni katika visiwa vya mbali!

Haki za watoto usione kuwa ni masihara
Kwamba hawajakomaa mawazo na misuli
Kwamba hawana sauti kubwa ya kuzinadi
Si sababu ya kuzitia kwenye kapu la taka:

Katika familia zilizokaukiwa na maadili
Wazazi, bila kutafakari madhara ya baadaye
Huwachapa wanao kwa viboko vya matusi
Huwapiga kwa mijeledi ya, "Mjinga wewe!",

Wapo mama wa kambo wenye nyoyo buka
Kwao, watoto wa mke wa jana au wa juzi
Si wana, ni vitambara vya kupangusia sakafu,
Si viumbe vya thamani, ni mapipa ya takataka

Wapo baba waliopeana kwaheri na wake
Nyumbani, wakaleta nyonda wajuao kuteka
Kwa mahuba, wakaleweshwa waume chakari
Maskini wasiweze kamwe kupinga lisemwalo
Ikawa kila rinda atakalo ndilo la kushika

Wapo wana wa mapenzi yaliyoingia sumu
Watoto wanaoteswa katika tanuri la simango
Daima wakimiminiwa masikioni machanga
Siyo mahadhi ya mapenzi bali asidi ya matusi

52

Mama wa kambo akiwafanyiza kazi za sulubu
Akiwanyima chakula kila uwi umshauripo
Kuonyesha mamlaka aliyo nayo mikononi,
Mara akiwapa mlo tofauti na wa wanawe,
Baba anayesepetuka kwa ulevi wa mapenzi
Akisalia kwenye tabasamu ja aliyepagawa

Baba wa kambo wenye nyoyo zitoazo uvundo
Huwafanya wana wa kike vifaa vya kujifariji,
Baada ya kujitumbuiza kwa furaha haramu
Hutishia kuwaua wakigubua siri kwa mama,
Dhuluma kitandani huendelea kuvuma kimya
Wasichana huishi katika kirimba cha utumwa

*****

Hata kabla ya kufurahia mwangaza wa asubuhi
Kabla mipeto ya ubwabwa kuwaishia shingoni
Kabla ya kusahau kunyonya maziwa ya mama
Bila kuuliza lipendalo moyo, ionavyo akili
Bila kujali ndoto zinazomwesa mwao vichwani
Kama mbarika au mtamba apelekwaye sokoni
Wasichana wanabururwa kutoka nyumbani
Wanatiwa mikononi mwa wanaume wasiojua
Wadhalilishwaji wanapokangatia kutetea utu
Wanapopigana wasiende kwa viumbe bila sura
Wanapopinga kutwaliwa na waliokula chumvi
Wanatolewa nyumbani kwa misuli na makano
Juhudi zao za kujinasua kutoka kumbato imara
Zikikosa kufua dafu dhidi ya aila dhalimu

Mdhulumiwa afikapo nyumba ya dhiki
Baa la uchungu katika kitanda cha mateso
Humhangaisha mwili ambao haujakomaa
Humshtua akili ambayo haielewi dunia

Kadri magurudumu ya wakati yazungukapo
Majeraha makali ya kimwili na ya kiakili
Hutoneshwa kila jua linapoghura angani,
Kwenzi za kupinga mwako wa uchungu
Hujibiwa kwa matusi, makofi na misukosuko
Hubezwa kwa kuongezwa kuni kwenye mateso

Kusudi asitoroke kutoka minyororo ya unyonge
Mdhulumiwa hulindwa bila kupepesa macho,
Apatapo kipenyo kuponyokea moto wa jitimai
Mmiliki humkimbiza na kumdhibiti mikononi
Humrejesha nyumbani akimburura kama mbuzi

Mnyonge anapofaulu kurudi kwenye mizizi
Hukaribishwa kwa moto wa kejeli na simango
Hurejeshwa kwenye dimbwi la dhiki alilohama;
Badala ya kuishi kama binadamu aliyekamilika
Mtumwa wa utamaduni jadi unaokereza nyoyo
Hubakia kama kifaa cha kuzimia haja za mume
Mbali na haki ya kujiamulia hata ya mwili wake

*****

Watoto wamefanywa vyambo vya kuvutia riziki:
Si kwenye miji ya bara, si kwenye miji ya pwani
Wanamkabili mtembeaji mikono wameinyosha
Wanaomba kwa kani kama ambao wamepagawa,
Wamgandamapo mtembeaji waliyemlenga shabaha
Kujinasua kwao ni kazi inayohitaji juhudi nyingi

Adhaniye anaona watoto watukutu barabarani
Huwa ameghurika hadi kiwango cha kuzuzulika:
Waonekanao kama wakembe wakakamavu
Ni wakala wa wazazi waliokolea udanganyifu

Uhalisia unateseka macho yaletayo habari:
Panapostahili waanzao safari ndefu ya maisha
Si kwenye sokomoko la wauzaji na wanunuzi,
Mahali pa watoto ni kwenye mijengo ya shule
Bali leo, wamekuwa wachuuzi wa hiki na kile,
Kwa juhudi, wananadi kaukau, mayai na soda
Wanarai watu kununua peremende au mabuyu
Wanaomba kufariji kwa maji baridi ya ukwaju

Ukweli wa nchi unapocheza mbele ya macho
Maswali sumbufu kama mpupu huteka akili nyara:
Watoto wanapambuliwa na viwanda vya chumvi
Mikono na miguu inagugunwa na maji ya bahari
Inabaki katika hali ya gunia au ganda la mwangati

Mbali na ufuo wa bahari, kwenye nyanda za baridi
Watoto wa kiume wanapokonywa siku za usoni:
Ukulima wa mairungi umefunga wengi minyororo
Wananasika kwenye kiwewe cha ujira wa uvunaji
Watanabahipo, miaka ya shule huwa imeyoyoma

Watoto wanaopelekwa nyumba za mijini
Wanafua nguo maji baridi yakiwaguguna,
Kwa mikono tebwere bila kinga ya glavu
Wanakwangura sakafu na bafu zilizoota kutu,
Katika huduma ya mshahara wa pesa nane
Hawaruhusiwi kutenganisha mchana na usiku,
Kwa akina mama waajiri, wahudumu, si watu
Wanaishi katika dimbwi la matusi na kejeli,
Kwa baadhi ya banati wahudumuo kwa bidii
Zaidi na kazi za nyumba zijulikanazo na wote
Hubebeshwa mapenzi ya baba wenye nyumba

*****

Ukifunua kinywa na kwa kauli madhubuti
Kutupa jiwe dhidi ya ukatili wa ukeketaji
Watetezi wa tamaduni jadi watakujibu vikali,
Kuna yenye sura isiyopendeza, inayokirihi
Yapo mambo yasiyonenwa kwenye maongeo
Bali yapendekezwayo na wataalamu wa miili:
Kukeketwa kiungo kilichowekwa na maumbile
Ni kuondolea mbali kichocheo cha bashasha
Ni kukata mja mabawa ya kuruka hadi angani
Ni kuua rubani wa kumkweza mtu mawinguni
Ni kumfunga mwonewa kwa minyororo thabiti
Hivyo kumweka kwenye ukame wa milele
Mbali na titimo za radi na mweso wa umeme
Mbali na shangwe za kusifia upinde wa mvua

Kutofika angani wafikako wanawake wenza
Si masihara, si udamisi, ni kibuhuti kizito:
Woga wa yonda kugunduliwa ana hali nyimifu
Ni chemichemi ya dukuduku isiyohama moyoni

Baada ya kiungo kuvamiwa na mkono wa mila
Si muhali kuwa kasri ya kuishi kovu lowezi
Si vigumu kuwa ikulu ya kuishi uchungu
Ikawa kikwazo kwa uhai wa mama na mtoto
Uwadiapo msimu ambapo binadamu wapya
Hupokelewa kujiunga na mwangaza duniani

Heko kwa madaktari wenye ujuzi adimu
Magwiji wakarimu wa huruma na wema-
Wanawafungua minyororo waliohukumu;
Kwa kuunda upya kulikotabangwa na makali
Kufanikiwa kubomoa handaki za uchungu
Kurejesha ufunguo wa kusafiria hadi angani

Si udamisi wa kuanguliwa vikwakwa vikaoni
Si jambo dogo la kuangaliwa bila shangilio
Si jambo dogo la kuangaliwa bila shangilio
Ni fadhila ya kupokelewa kwa vigelegele
Ni hisani inayostahiki cheche za mbwembwe

*****

Kuzuka suitafahamu baina ya mume na mke
Mwondoko wa kila mmoja kushika njia yake
Uliacha mabinti mikononi mwa baba mzazi;
Badala ya kuwa ngao ya upendo usiotetereka
Ngao ya kuwalinda dhidi ya uozo duniani
Ngao ya kuwakinga dhidi ya tamaa ya fisi
Baba aliwageuza vyombo vya kukatia kiu,
Kuwatesa kwa baruti za kimwili na kiakili
Ikawa kaida nyumbani bila mama mlinzi;
Sasa, mmoja wao amedidimia zaidi shimoni:
Rinda linamning'inia kutoka tumbo iliyopanda,
Aliyeonewa na maumbile akiwa angali tumboni
Akazaliwa bila uwezo wa kuuona mwangaza
Anabeba maisha mapya kutoka mbegu ya mzazi

*****

Badala ya kuwa na mwangaza wa maadili
Badala ya kuwa na moyo unaonukia uvumba
Jirani amekuwa mamba katika mabua ya mtama:
Mtoto ambaye bado ana mipepo ya ubwabwa
Sasa ana mji wa uzazi wenye uhai mpya
Sasa ni dimbwi lililojaa virusi vya ukimwi –
Kazi ya jirani mwenye akili iliyooza zamani

*****

Shababi alikuwa akirauni, akijivinjari
Pepezi za hewa iliyochujwa ya mashambani
Iliyapiga pambaja mapafu yake machanga
Tanzu za kijani kibichi kichangamfu
Zilichezacheza katika upepo mwanana,
Sauti za ndege wakunjufu kama watoto
Zilimliwaza hisia kwa nyimbo nyororo

Hayawani mwenye gwanda la muhubiri
Dimbwi kubwa mno la uwi na ghururi
Lilimkumbusha utamu wa maandazi
Cheche za hamu zikamcheza akilini,
Baada ya kishawishi kilichopakwa asali
Mtoto akachangamkia kupanda garini

Magurudumu yalianza kuzunguka
Kijana akasafirishwa hadi sokoni,
Baada ya kununuliwa andazi na soda
Ilifuata awamu ya pili katika ghururi:
Mtoto alishauriwa afunzwe stadi mpya
Awe na ujuzi kwenye usukani wa gari

Baada ya viganja vya mikono michanga
Kufurahishwa na mwendo wa usukani,
Baada ya moyo wa mtoto kuchangamka
Hayawani aliregesha gari mikononi
Maksudi, akaliingiza kwenye njia pweke
Mbali pilikapilika za halaiki ya watu

Ghafla, alinyonga mwendo wa gari
Akamgeukia abiria mchanga kitini
Akamsaili kama alikuwa ametahiri,
Mtoto, kwa ishara, aliposema"Ndio!"
Fasiki alimwagiza ateremshe suruali
Macho yake yathibitishe yaliyosemwa

Akili ya mtoto iliamwambia, "Kaa ange!"
Akapinga pendekezo lililomtia shaka
Bali, pingamizi zilikutana na ubabe,
Kwa mikupuo ya nguvu ya mkono imara
Suruali ya sare ikavutwa na kusalimu amri

Ilifuata ghasia baina ya mtoto na mhuni
Kwa nguvu za mwenye nia ya hayawani
Mwili mchanga ukawa kifaa cha starehe
Likafuata tishio kali la kuminywa uhai
Endapo mtetemeko wa ardhi uliopita
Ukiruhusiwa kukutana na mwangaza

Baada ya galili la siri kirihi kupasuka
Baada ya mkuki wa kisa kuchoma wazazi
Baada ya mnyonge kugangwa hospitalini
Baada ya wahudumu wa kitengo cha afya
Kujaza cheti cha kuthibitisha dhuluma
Baada ya lalamiko la dhuluma kwa moto,
Katili mwenye moyo na akili zenye mabuu
Bado ni huru kama hewa juu ya bahari;
Ukwasi wake anaoutembeza kwa mikiki
Ulihasi kabisa sheria kwa koleo la ufisadi
Na kuhakikisha haki ya mtoto wa fukara
Imezikwa ndani ya mchanga dudumizi

*****

Si mara moja, si mara mbili, ni zaidi
Walimu wa imani za msalaba na hilali
Baada ya kukabidhiwa watoto wa kiume
Hukiuka matarajio ya wazazi na jamii
Hutenda yanayolipua fahamu kwa baruti:
Wanaochukuliwa kuwa kurunzi ya maadili

Hunyemelea watoto, kinyume cha maumbile
Kinyume cha sheria, huwadhulumu kimwili
Huwaacha na vidonda visivyopona akilini
Ikaendelea siri ikilindwa kwa vitisho vikali
Hadi siku mwangaza unapotangaza mkasa

Waliozaliwa katika jinsia inayodharauliwa
Hatari huwanyemelea kwa sura lukuki:
Katika baadhi ya shule za mchanganyiko
Wanafunzi wa kiume waliokolea ukora
Huchoma banati kwa misumari ya kejeli,
Mara kofi au teke hutagusana na mwili

Mara kwa mara, baridi ya woga inapozidi
Mnyonge anakubali kuwa chombo duni
Anatumiwa kuzima wenza harara za kiume
Kusudi kujiepusha na kibuhuti kisichokoma

Katika shule ya mseto yenye jina la mtume
Kwa saa tatu zenye urefu wa miaka elfu mia
Wanafunzi wa kiume wenye kichaa cha mbwa
Wanahujumu wasichana katika anga la usiku
Kwenye mashambulizi dhidi ya miili na akili,
Hadhi ya wanabweni wachanga zaidi ya sabini
Inadidimizwa katika mchanga dudumizi wa aibu

Baada ya kuzimwa moto na wasaidizi kutoka nje
Inabakia miili sabini na mmoja iliyozimika uhai
Kipia cha dhuluma ya kijinsia dhidi ya wasichana

*****

60

Walimu wa kiume wenye akili zilizovunda
Wakitumia uwezo wao wa mamlaka shuleni
Huwavuta wanafunzi wa kike waliodhamiria
Hadi kujua rangi wanazovalia chini ya sare,
Wageni wajao wakivaa barakoa za uungwana
Viumbe vijifanyavyo kuwa na nyoyo karimu
Huwanasa banati kwa vyambo vya zawadi

Siku za kuondoka shule kwenda kumandari
Majirani wa shule wenye mifuko yenye lindi
Huchezea akili changa na kupata raha haramu,
Waendeshao magari ya uchukuzi wa umma
Hurairai kwa ujanja wa kubatilisha malipo
Wakafidiwa kwa starehe kuu za faraghani

*****

Wahadhiri wa kiume walioota mlale akilini
Wapatapo fursa ya kushika mwanafunzi mkono
Kusudi kumwongoza kwenye mizingo ya utafiti,
Mwanafunzi awapo mwenye ngozi tebwere
Maneno yanayochacharika cheche za vitisho
Huandama kipusa kama kivuli cha mwili
Hufanya safari ya kupanda mlima wa taaluma
Kuwa sawa na kukwea mlima wenye majabali

*****

Vijijini, njiani, kichakani, baada ya kuviziwa
Baada ya kushindwa nguvu na babe wa kiume
Baada ya banati kutupwa katika pipa la dhiki
Baada ya kulipuliwa mwili kwa makombora
Baada ya parafujo ya sumu kumpekecha akili,
Familia yake na ya hayawani aliyemhujumu
Huleta ndimi pamoja na kufuma maafikiano

Kwa mila inayothamini koo kuliko watu binafsi
Wazazi wa aliyechomwa kwa asidi ya maonevu
Hukabidhiwa ngamia, ng'ombe au darahima
Hufuata tabasamu zinazopuuza kidonda akilini
Aliyebanwa kichakani akakatwakatwa heshima
Huzidi kuungua kwa moto wa ndani kwa ndani
Mdhulumu aliyeachiliwa bila hata kupinywa
Huendelea kukanyaga lami katika safari tulivu
Tayari kutenda aliyotenda bila tone la adhabu

Mdhulumiwa akumbwapo na janga la ujauzito
Familia zinazoshikana mikono kubatilisha haki
Bila kumuuliza maoni, bila kutilia maanani hiari
Humtupa mikononi mwa babe aliyemshambulia
Hufungwa kwenye kitanda cha ndoa ya dhiki

Katika viwambo vya televisheni za kitaifa
Tumeona afisa wa trafiki wanaohudumu
Wakisukumwa na kuvamiwa na hambe
Wakiangushwa chini na kupokewa na tope

Magazetini, tumesoma visanga huzunishi:
Wadhibiti tabia za madereva barabarani
Walioshambuliwa na majambazi jahili
Kwa moto wa risasi kutoka pikipiki za kasi
Wakatunguliwa kutoka mti adimu wa maisha

Majambazi wanaonuka uvundo wa usugu
Wanawavizia wanausalama nyanjani
Kwa unyama uliovuka mipaka ya ukatili
Wanawashambulia kwa moto upigao mluzi

Si kwa nia ya kuwatisha au kuwajeruhi
Bali kwa lengo la kuwafuta ulimwenguni
Kusudi kulipiza kisasi kuhusu huduma halali
Au kujitwalia silaha za kurutubisha jinai

*****

Kutaka kuwaamua wanakabila wapiganao
Kunazaa matunda machungu kama shubiri:
Wanausalama kumi kasoro mwenza mmoja
Kwa silaha katika mikono isiyostahili
Wanarushwa kutoka dunia hadi kuzimu,
Bunduki, risasi na sare za kazi rasmi
Zinaingia mikononi mwa majambazi

Vyombo vya habari vimepeperusha visa kirihi:
Magenge ya majambazi waonao sheria si kitu
Kwa bunduki zilizonunuliwa katika giza
Wamejaza madimbwi makubwa kwa damu
Vimba vya polisi vimeangushwa kama majani
Nyumbani, waliokuwa na wahimili maishani
Wanageuka wajane wanaoteseka kulea watoto,
Wachanga waliokuwa na wazazi wa kuegemea
Ghafla, wanatwaliwa na mkono wa uyatima
Barabara ya maisha inaingia mitaro na mivo

Msituni, magaidi sugu wenye jina la kabila
Kwa bunduki mikononi iliyozoea mauaji
Wananyunyizia risasi wanaohudumia umma,
Maiti arobaini na mbili zenye sare za polisi
Zinatapakaa chini kama magogo ya migomba

Miaka miwili baada ya damu kichinjioni
Majahili katika bonde linalotawaliwa na giza
Wanavamia lori la wanasare walinda utuvu,
Baada ya saa tano za mfyatuliano wa risasi
Vimba zaidi ya ishirini vinatabanga mandhari

Wazazi na aila wa askari bila ujuzi nyanjani
Wanaishia kubeba jeneza kuzika maiti changa,
Swali la, "Kwa nini, vijana katika amali hatari
Walisukumwa vifua mbele kwa wauaji sugu
Badala ya wajuao kukabili moto kwa moto?"
Bado linachoma akili kama kaa lisilozima.

Wakubwa waliopambwa kwa nembo mabegani
Wangepunguza sinzio kazini na kuamsha akili,
Wangetilia maanani jukumu la kuhifadhi uhai
Wangetuma kazini wanasare waliokolea ujuzi
Maisha ya vijana bila tajriba ya kuchenga mauko
Hayangemezwa na mchanga dudumizi wa mauti

*****

Wanaodharau walindao uhai na mali ya nchi
Waonao askari kama vikwazo vya maisha
Wanaowashambulia kwa ngumi au risasi
Watafunzwa lini amwagaye damu ya polisi
Atalia na kuchoka taya kwa kusaga meno,
Adhabu kwa wavamiao walindaji wa sheria
Itapewa lini meno makali kama ya kiboko
Kuwatia baridi wajionao majasiri wasiojali?

Afande wenye mmeremeto wa nyota mabegani
Afisa wapigiwao saluti za taadhima na woga,
Wakubwa waliokwea kwenye ngazi ya serikali

Mabwana wavaliao fahari ofisini kama majoho
Watachukua lini msimamo usioyumbayumba
Kuboresha usalama wa wadumishao utulivu
Wafurahie kamili kivuli kizito cha mti wa haki?

Harakati katika chumba cha ndoa
Hazikutimiza matumaini ya wawili
Kinyume na makusudio ya wapenzi
Tumbo halikupanda ndani ya rinda
Mwili mwanana haukuongeza uzani

Malalamiko na mashtaka yasiyokwisha
Dhuluma kali ya makofi na mateke
Damu midomoni na majeraha usoni
Uvimbe wa uso na macho mekundu
Zikawa nembo za mke katika tufani

Mama alipoona masumbuko ya mwanawe
Alimwosia afunge virago aghure mashaka
Bali, mtesekaji alipomwendea mchungaji
Alishauriwa atie bidii kwenye maombi
Asubiri hadi kikukusi kitulie nyumbani

Kiumbe kilicholemazwa akili na mapenzi
Akachagua kuendelea kuwa katika dhoruba
Akiamini mume angeanza kuona mwanga
Ndoa ichanue ua la kusisimua nyumbani

Wawili walipojiwasilisha hospitalini
Macho ya kitaaluma yalipochunguza mke
Kinywa kilipoamba, "Mke hana dosari!"

Mume bado alikangata mashtaka bandia;
Mikwaruzano kwa maneno na mikono
Ikaimarika na kuwa kisinzia cha vurumai

Ukishikilia upanga uliokuwa na hamaki
Mkono wa mume ulipanda na kushuka
Sehemu za mikono ya mke zikaghura mwili
Kwa kejeli zikakaribishwa chini na vumbi

Yeye ni mmoja wa wanaoishi katika tufani
Mmoja wa wasiokumbuka hata kwa bidii
Siku ambapo jua lilichomoza na kisha kutua
Bila kumwagiwa bakuli la asidi ya matusi
Bila kugongwa kwa rungu zito la vitisho,
Au siku waliyotoa kauli mbele ya mume
Bila mkaragazo wa makofi mashavuni,
Ni mmoja wa wanaoishi juu ya chanja
Waume wao hawachoki kuonyesha ubabe
Huendelea kuweka makaa chini ya chuma
Hawachoki kuwachoma akili kwa miongo

*****

Katika hii nchi ya nyika, mlima na bonde
Sumaku ya nyonda ikutanishapo nyoyo tatu
Kutegeka mtego wa mauti si jambo dhahania:
Wanaume wanapogundua wake wana siri
Wanapoona kunang'anika nyuso ni fumbo
Si muhali makaburi kupokea wakazi wapya,
Wake wagunduapo waume, kama nyuki
Wanatua kwenye maua ya miti mingine
Si jambo geni kwa wanaotazamwa kwa shaka
Kuishia kuwa chakula murwa cha bakteria

Ziko hadithi katika vyombo vya habari:
Kusudi kuwafunza waume adabu, wake
Hulipa wahuni karadha kwa bunda la noti

Huwashawishi kwa lugha ya ngozi teketeke,
Wake wanapowashuku wanawake wenzao
Wanawatabanga miili kwa asidi, maji moto
Wanawatoa roho kwa kuwazamisha visu

*****

Kwa kudaiwa kupeleka faraja nje ya ndoa
Wanaume wamekatwa viungo nyeti viunoni
Haki ya kuyeyuka mwili na akili kitandani
Hutumbukia katika shimo la kina laanifu

Waume waliotengwa na bahati nasibu
Kwa muda mrefu wakakosa uangavu wa ujira,
Wanaume wenye mshahara usiojaza kiganja
Mifuko yao ikashindwa uzito na ya nyonda
Si muhali kuishi maisha yanayonyima usingizi-
Dharau na matusi ya harufu ya samaki wabichi
Huwa ndizo blanketi za mpupu wajifunikazo

Dhiki iliyoje daima kukumbushwa ulivyo duni,
Huzuni ilioje dawamu kusimamiwa kidete
Kuambiwa thamani yako ni chini ya wishwa;
Wajapo nyumbani kutoka vikao na wenza
Hukaribishwa kwa macho yanayowaka moto
Hupigiwa vidoko vinavyosikika na majirani

Waliomumunywa miili na makopo ya tembo
Kusiwe na tofauti baina yao na vivunjajungu
Hupokelewa sio tu kwa rungu za makaripio

Hutwangwatwangwa kwa ngumi na miiko,
Kama paka, hulazimika kulala sebuleni,
Kama mbwa bila kwao, hunyimwa chakula

Kutokana na mipango ya chini kwa chini,
Kesi hujikokota mahakamani kama lumbwi,
Kwa miaka na mikaka inayokereketa nyoyo
Wenye hadhi bila dosari ya uchafu wa uhalifu
Huteseka katika himaya ya kunguni rumande,
Zikitumiwa sababu segemnege zisizokwisha
Vikao huahirishwa mara zisizohesabika

Mara faili za kesi humea miguu madhubuti
Hutembea na kutoweka kutoka rafu za sajili
Mtaka haki sharti awe na subira isiyokauka
Mpaka uwadiapo msimu wa ndege njema
Faili zitembee na kurejea kwenye maskani
Ndipo kesi zirejelee tena mwendo wa kobe

Mnyonge jasiri asimamapo imara kisheria
Ateteapo haki isizame katika lindi la ziwa
Matajiri wanaojinaki kwa gamba la uwezo
Hucheka kwa kejeli hadi kudhihiri magego,
Kwa uwezo unaopeperushwa juu ja bendera
Harakati za kutafuta kufarijiwa na haki
Hukwamishwa kwenye kinamasi cha ufisadi!

Mikono inayosongoa shingo ya haki daima
Si michache, ni tumbitumbi kama kumbikumbi:
Mawasiliano mahakamani yanayumbayumba:
Majaji, mahakimu na washukiwa waongeapo

Mara nyingi wakalimani hunyonga ujumbe;
Wengi waliomo katika joto la kaango la jela

Si wahalifu wa kunyoshwa kombo kwa moto
Ni majeruhi wa ukalimani ulioanguka kitako

Katika taifa linalong'ara kwa maarifa na stadi
Bali taifa lililomo katika pipa la taka kimaadili
Haki ni bidhaa za kuuzwa na kununuliwa:
Wenye nguvu za kimali au wenye vyeo vya juu
Kimasomaso, wakichekelea wasio na nguvu
Hupokonya wachochole mashamba na uhai
Huwaacha na alama za michirizi ya machozi

Waliofungwa mikono na kamba ya ukata
Wakutanapo na wanaojitwaza kwa mali
Waanzapo kupigana mieleka kisheria
Wenye mifuko iliyofura kwa uwezo
Huhangaisha yahe vikaoni visivyokoma
Nendarudi za mahakama huwa silaha
Ziara baada ya ziara hugonga mwamba:
Mara kwa kutofika wakili au shahidi
Mara kwa usemi kwamba wakili hajiwezi
Au kwamba jaji au hakimu mwendesha kesi
Amefungwa mikono na kazi nyingine rasmi;
Gharama na unyong'onyevu humsonga mkata
Ujasiri wa kupigana hunyauka na kukauka
Fukara hubakia kutazama haki inayometameta
Ikizama kama johari katika lindi la baharini

*****

Kidosho wa kigeni aliandamana na nyonda
Alikuja kujionea vito vinavyonata macho
Johari zinazovuta, zinazovusha wengi bahari;
Kumbe ziara ingekuwa hatima ya safari azizi

Mwana wa nyumba kubwa ya malezi chapwa
Utovu wa malezi mwafaka ukimtawala akilini
Alimtia mgeni machoni, hamu ikamfunga pingu,
Alijipenyeza katikati ya nyoyo zilizokumbatiana
Akapendekeza aandamane nao, awe msindikizi
Awe dira hadi hifadhi ya wanyama bondeni

Kwenye hifadhi, gari la kipusa na mwandani
Liliamua kuonyesha utukutu, likaghairi safari,
Kuonyesha uangavu wa uwajibikaji kwa mpenzi
Mvulana alirudi mji mkuu kwa shabaha ya vipuri

Jijini, kwa njama kabambe za kitimbakwira
Nyonda wa kidosho aligongwa akili kwa nyundo
Alitakiwa, bila maswali, arudi ng'ambo ya bahari
Ikiwa walivyoamuru wakala hatari wa dola
Aliyelengwa na mpango ulionuka kama mzoga
Alipanda mabawa, akaingia angani, akaondoka

Katika hifadhi ya sifa zinazometameta angani
Katika ulimwengu wa muwindwaji na muwindaji
Aliyejiona mwenye haki ya kugusa ngozi aitakayo
Aliotea kubusu midomoni mwenye ngozi ya malai
Juhudi hadidi za mwana fisi zikaangukia patupu;
Kutomasa ngozi tebwere nyikani ikawa ndoto tasa
Hasira ya mwenye kiburi kwa hulka ya kuzaliwa
Ikamtuma kuadhibu aliyethubutu kusema, "La!"
Miali ya uhai ya kidosho kutoka nchi ya mbali
Ikazimwa kwa dhoruba katili katika hifadhi tajika

Wakitegemea ukungu mzito wa ghiliba
Wakala wa serikali walipohitajika kujibu maswali
Wakicharuka kuzuia ukweli kukutana na mwanga
Walidai msichana alipokonywa uhai na wanyama

70

Baba mzazi mwenye mfuko unaofahamu ukwasi
Tajiri mwenye akili isiyokubali kuzuzuliwa
Alijikakamua kufukua ukweli chini ya udongo
Zikafuata ziara tumbi za kuvuka Bahari ya Hindi,
Miaka ishirini tangu jinai katika hifadhi Bondeni
Shilingi bilioni zikiyeyushwa na joto la matumizi
Juhudi zikashindwa kumvua muuaji barakoa usoni
Kwa kukingwa na ngao inayolinda sahibu wa dola

Sasa, mbabe anaishi maisha ya vileo na vikwakwa
Bila dalili ya ujio wa kikao katika mahakama
Kujibu shtaka la kubatilisha haki ya mtu kuishi

Wanyonge ni adui wakubwa wa wanyonge
Kwa kuchochewa kwa kauli bila mashiko
Huwageukia wenzao walioloa uchochole
Huwatumbukiza katika bwawa la madhila

Pindi mashtaka yaachapo kinywa cha mshtaki
Na wimbi la "Huyo mwizi!" kuserereka hewani
Wachochole katika harakati zao zisizokwisha
Na malofa wavaliao uzembe kama magwanda
Bila kutia ratilini maneno yaliyopaa angani
Kwa jefule, humvamia aliyeotwa kwa kidole
Kummiminia dhiki ya makofi na mateke
Kumtwanga kwa fimbo, vigogo na chuma

Wasiobahatika kuokolewa na wakala wa dola
Wasiookolewa na wosia wa Msamaria mwema
Hupata mapigo yanayotetemesha mtazamaji

Mwenye mienendo inayong'aa kwa maadili
Hughura dunia, hujiunga na wakazi wa kuzimu
Au hubakia na majeraha yanayotangaza ujahili

Katika maeneo ya nchi yaliyoachana kwa mbali
Mashtaka ya kubeba uwi wa uchawi kijijini
Shabaha ikilenga wenye kula chumvi nyingi
Yamekuwa parange za kutangua maisha
Nyoyoni yanakera vikali wapenzi wa haki

Visanga vinavyojaza akili harara ya kibuhuti
Vinarindima katika vyombo vya habari,
Pindi mkono wa mauti ukwepuapo mkazi
Mkasa ukafuatwa na visa vya machungu,
Wajuvi bandia huota kidole mkazi bila hatia

Bila kutia tuhuma kwenye kitanga cha ratili
Wanakijiji huvamia nyumbani aliyetajwa jina
Au humvizia njiani akitembea bila tahadhari
Wakamfunika kwa blanketi nzito ya ukatili

Baada ya kumcharaza kwa fimbo na mawe
Baada ya kulimwa ngumi kwenye taya
Mtuhumiwa huundiwa bwiwi la moto
Hutupwa ndani, huchomwa akipiga nyende
Nyumba na mali hugeuzwa lundo la jivu
Asiyeelewa sura ya uchawi na mazingara
Hufutua kutoka dunia na genge la hambe

Baadhi ya wanaotafunwa na tairi za moto
Wakatemwa chini wakiwa kaa jeusi tititi
Si wahalifu sugu kama wanavyodai hasidi
Maangamizi yao ni zao la mti wa kisirani

Wapendanao wanadaiwa kuwa wachawi
Mume anavamiwa kwa makombora ya ngumi
Anapoona kijiji kimegeuka mbuga hatari
Miguu inampeleka mbali kusaka usalama

Wanabodaboda habithi walimwinda mke kwa ari
Walimvizia nyumbani dhamira yao ikiwa wazi,
Walipomkosa walijitosa chakani wameloa kichaa
Walimpata amejikunyata kwa baridi ya woga

Bila kujali nyende na kukana shtaka bila uketo
Walimzima uhai kwa fimbo, mawe na mateke,
Kama mzoga wa mfugo aliyeangushwa na kimeta
Waliiteketeza maiti kwenye bwiwi kubwa la moto
Wakarudi kwenye maskani yake wakayachoma

*****

Lofa anaota kidole na kupaza sauti, "Mwizi!"
Ghafla, bila kusubiri kujiri sura ya ushahidi
Umati unakusanyika kama nderi kwenye mzoga,
Aliyeitwa mwizi anatukanwa, anatemewa mate
Anasukumwa, anapigwa kwa mateke na mawe
Anakanyagwa mara kwa viatu mara kwa pikipiki
Mhimili mwekundu wa uhai unaanza kububujika
Punde, marehemu analala kwenye bwawa la damu
Mwananchi asiyekuwa na doa la hatia maishani
Ametupwa waliko wanaozimwa uhai bure bilashi

Taarifa za wanaochinjwa na umma kila uchao
Zimekuwa misumari ya moto moyoni mwangu:
Hakuna mwovu aishiaye kusimama kizimbani
Kukabili mashtaka ya kumwaga damu bila hatia,
Hayupo asongwaye na dhiki ya jela kulipia kosa –
Wahusika huendelea kuishi pasipo kujutia jana

73

Kimbunga cha wehu kinachoendelea kuvuma
Kinaangusha watu huku na kule kila uchao
Ila wanaoshiriki wendawazimu dhidi ya uhai
Hawakumbani na shtaka la kugeuza watu vimba
Huendelea kujivinjari katika maisha ya kawaida
Licha ya kutangua haki inayolinda uhai

Kukanyagia kwenye tope taadhima ya watu
Kubatilisha uhai wa wasio na doa maishani
Kumekuwa kaida ya taifa lenye sheria angavu
Bali ambamo jinai na vizimba vya mahakama
Mara zisohesabika ila katika kumbukumbu
Hutengana kama nungu na mwanga wa jua

*****

Kwa kutumia kanuni zinazonuka ubwege
Kwa shtaka la kuvalia mavazi yasiyostahili
Kwa dai skati zinadhihirisha sana miguu
Kwamba wanaiga mienendo ya watoka mbali
Genge la wanaume wenye ubongo wa nungu
Wanakwanyua wanawake nguo hadharani

Wangekuwa wenye maarifa ya kihistoria
Wangejua jinsi kabla ya kuja msalaba
Katika vijiji vilivyorindima kwa vicheko
Fahari kamili ya vifua vya wanawake
Mviringo na mng'aro wa miguu tebwere
Zilitangamana na pepezi na miali ya jua
Bila macho ya wanaume kutekenyeka
Bila miili yao kushambuliwa na harara

Katika nchi inayojivunia elimu na usasa
Aibu iliyoje bibi mzingativu wa sheria
Muungwana anayeng'ara kwa utanashati

74

Kijana mwenye lugha iliyonukia uvumba
Msichana mwenye mienendo bila dosari
Kuvamiwa, kuguswa na kuvuliwa nguo
Kutembezwa uwanjani akipigiwa mayowe
Kwa shtaka la kudhuru jamii kwa vazi fupi?

Likilalamikia suruali ya kubana kitongojini
Genge la malofa waliovunja kila sheria
Lilimvamia kidosho kwa ubabe uliokithiri
Lilirarua vazi na kulikwanyua kutoka nyonga
Alitembezwa akiwa uchi wa siku aliyozaliwa
Mrindimo wa hofu ulilegeza kufuli za mwili
Mlango kwenye panda ya miguu ukafunguka
Harufu ya kuaibisha ikatamalaki mazingira

Kwa vicheko vinavyonuka umbumbumbu
Wakiwa vikaoni na marafiki na wenza
Wahuni wanajiburudisha kwa vikwakwa
Kama kwamba waliyofanya, wanayofanya
Ni halali kama maamukuzi ya "Hujambo!"

Unapotathmini wanaoshtakia ukiukaji mbeko
Si watu wanaotambulika kwa vitendo vyema
Baadhi ni wahalifu wanaostahili kuwa ngomeni
Wengine wanatoa harufu isiyostahimilika na pua
Kwa jinsi nyoyo zao zilivyooza na kutunga usaha

Wanaokiuka haki wakijifanya walinzi wa mbeko,
Wanaoumbua wanawake bila chembe ya hatia
Wanaoyafanya maisha yao kupata nyufa ndefu,

Wanatembea kwa furaha miongoni mwa watu
Bila kuingizwa kizimbani kukabiliana na sheria
Kusudi kulipia waliolipua akili kwa makombora

19

Wakitumia nembo za manywele na ugoro
Genge la wahalifu linalodondoka ukatili
Linatisha wananchi wajichumiao kihalali

Genge linawatia tapo wapangishaji nyumba
Linawataka walipe kundi kodi haramu
Au maisha yao yawe sawa na madakata,
Wanatetemesha wenye magari ya abiria:
Kila uchao, wanalipishwa ushuru mkali
Kwenye vituo vya kushuka na kupanda
Asiye na macho yanayojua kutathmini
Anaona mabarubaru karibu na magari
Haoni wakora wanaonuka uzembe
Haoni viganja vikikutana na kuachana
Mhudumu wa gari, kwa ustadi maalum
Akilipia usalama wa maisha na wa gari

Wanaokataa kutimiza masharti ya kihuni
Vimba hupatikana asubuhi na mapema
Mara vichwa bila miili, miili bila vichwa –
Barafu hutiwa katika akili za wanaolengwa
Kwa nia ya kuwalegeza nyoyo na viganja

Baada ya visanga vya kupatikana vimba ovyo
Baada ya ushahidi wa ukatili uliofikia kipia
Baada ya kupatikana vichwa bila ngozi
Wanajamii wamejawa na woga hadi pomoni

Wanaamua kulipa wazembe wanyonya damu
Kuliko kuishi bila kujua iwapo jua lichomozapo
Aliyekataa kulipa atakuwa duniani au kuzimu

Ili kupanua na kuimarisha kundi haramu
Genge linashawishi wavulana kutupa shule
Wakaribishwe kwenye ulimwengu mpya,
Wanaosita kupanda jahazi la uendawazimu
Wanashurutishwa kwa vitisho vinavyogwakia,
Punde wanasimikwa kwa kulishwa kiapo kikali
Wanakuwa wafuasi licha ya hiari kupinga

Kulinda jamii kutokana na genge lenye kichaa
Walinda amani wa dola wenye mavazi ya sare
Hutumwa kazi dhidi ya jeshi la malofa wauaji
Wafumaniao vikao vya siri vya kula viapo
Hupeleka waliotiwa mbaroni mahakamani,
Bali, mara nyingine, wenye uwezo wa mauti
Badala ya kufuata njia ifikishayo kizimbani
Wanafuta mabarubaru machoni mwa jamii,
Mara nyingine, wote walionaswa katika usasi
Wanaishia kwenye kichinjio cha faraghani
Ambapo katika kimya cha msitu na usiku
Risasi husafirisha shababi hadi kuzimu
Kinyume na katiba yenye haki zinazong'ara
Kinyume na mikataba na kanuni za kimataifa

*****

Katika kaskazini magharibi mwa nchi
Katika vijiji vya nyanda za mlima mpakani
Genge kubwa la wakala wa simanzi na mauti
Likiongozwa na bwana buka kama kaburi
Likijiita jeshi la kupigania ardhi na haki

Linashtaki wakazi kwa kunywa tembo
Linalalamika kunyimwa maziwa bila malipo
Linalaumu wananchi kwa kukata mabua
Hilo, waonavyo, ni kuwaondolea stara

Baada ya kushtaki makosa ya kila aina
Wanajipa mamlaka ya majaji na hakimu
Wanaamua kesi, wanatangaza hukumu
Wanatoa adhabu ya kutia mifupa ganzi-
Wahukumiwa hukatwa masikio kwa parange
Baadhi wanazimwa papo miali jamala ya uhai

Kwa makombora ya ubakaji wa kimakundi
Genge linalipua wanawake viungo na gahamu,
Linatia wasichana vidonda vya miili na akili
Wanawawekea viunzi vikuu vya kisaikolojia

Linachinja wasio na ngao ya kutetea uhai
Linaramba damu kwenye panga zilizoua,
Linaunda mahakama katika utusitusi wa msitu
Linaamrisha "watuhumiwa" kujileta kwa hiari
Wakikosa kutii wosia uliotolewa na kiongozi
Wavamiwe na kutupwa nje ya ua wa maisha

Genge linawalazimu shababi kuingia kundini
Wakighairi, wakithubutu kutoroka maagizo
Jamaa zao watupwe katika giza la kaburini

Kiholela, genge limechinja wakazi wengi
Wanaonusurika kuingia kumbi za kuzimu
Wanaonywa dhidi ya kutoa tetesi kwa serikali
Wanakanywa dhidi ya kuongea na wanahabari

Masimulizi yanayokata akili kama parange
Yanawanyima wanawake utuvu katika fahamu
Mishipani mwao damu inawapiga kwa nguvu
Ina fujo kama maji ya mto uliojawa na hamaki:

Kwa baadhi ya wanaoshtakiwa na wanakichaa
Adhabu haiwi tu kuvamiwa kimwili na kundi
Huchomekwa vijiti kwenye maeneo ya siri

Kuna ukatili usioelezeka kwa lugha ya maneno:
Jefule iliyoje, misumari ya urefu wa inchi sita
Kugongomewa kwenye fuvu la binadamu
Baada ya kushtakiwa na wenye akili zilizooza?

*****

Wanajeshi waliopewa kazi ya kuzima moto
Badala ya kutekeleza jukumu kwa nidhamu
Badala ya kuongozwa na kanuni na maadili
Walifuata njia ya "Dawa ya moto ni moto!"
Mawimbi ya kichaa kutoka kwa wenye sare
Yalipiga waharibifu waliojigubika jefule
Yalivamia wanajamii bila uadui na sheria

Katika kuwasaka waliokanyagia chini haki
Mbali na kuadabu waliogeuza vijiji gehena
Askari walipetua eneo walimotoka genge buka
Ni kama walikuwa na kisirani na jamii nzima,
Walipiga watu bila kutenga muwi na mwema
Wingu la hofu lilifunika wazima kwa wachanga

Kinyume na matendo ya wenye akili timamu
Askari walichoma mali bila kujali mmiliki
Jasho la miaka likageuzwa malundo ya jivu,

Maghala yalitafunwa na vinywa vya moto
Ndoto za wakulima za kulea familia bila aibu
Zikabebwa na moshi na kupotea angani

Ili, kwa wino wa thamani wa demokrasia
Kutia alama kwenye karatasi yenye nembo
Kusudi kuamua watakaoongoza halaiki njia
Ili kuzuia safari ya jamii kukatikia msituni,
Wananchi walijipanga foleni kama sisimizi
Nyoyo zao zikidunda kuchangia uamuzini

Kwenye vituo vilivyopangwa kwa makini
Kila aliyekuwa kwenye foleni alitoa kauli,
Kumbe shetani mjeuri wa siasa songosongo
Alikuwa akitazama, akitegea, akipanga janga
Tayari kubomoa mnara wa dhahabu wa amani

Tangazo la nguli wa uchaguzi lilipopaa angani
Cheche za manung'uniko zilianza kuchacharika
Punde, mwako wa hasira iliyokithiri ulilipuka:
Ulianza urushaji wa matusi, mawe na viokotwa
Kisha mbao na mitalimbo ikashambulia miili
Kukafuatia kupanda na kushuka bapa za panga
Zikizama katika nyama na mifupa ya binadamu

Wakala wa mauti walipuliza ving'ora
Makundi kutoka makabila mbalimbali
Yalitafutana katika tufani ya uhasama
Nyende zilisikika mijini na mashambani
Watu walianguka kama majani ya kiangazi

Katika mitaa walimoishi watu kwa amani
Jirani alisaka jirani wa miaka na mikaka
Na kwa upanga kumkatakata bila huruma,

Wanawake walivamiwa na watu waliowajua
Waliteswa kwa jinsi isiyoelezeka kwa lugha

Katika ulevi chakari wa chuki ya kikabila
Mabarubaru katika vitongoji vya mabanda
Waliwakamata dada au mama za marafiki
Bila kuwashwa na mpupu katika fahamu
Waliwatesa kimwili na kuwachinja kiakili
Wakawaacha katika madimbwi ya simanzi

Kwenye vitongoji na barabara za jiji
Kwenye baadhi ya mitaa ya mabanda
Viganja vilivyokatwa na kuacha mikono
Vilishtua na kughasi macho ya watazamaji,
Maiti zikilala katika madimbwi ya damu
Nembo tambulizi ya msimu wa siasa duni
Siasa ya msingi wa uroho uliokolea

Biashara zilizorutubishwa na jasho zikanawiri
Nyumba na magari ya waliotoka kwingineko
Mazao maghalani na mengine mashambani
Yalitiwa moto kulipiza kisasi cha kisiasa,
Ng'ombe, kondoo, mbuzi, kuku na punda
Walinyakuliwa au kukatwakatwa kwa panga
Kuadhibu waliokuwa na mwelekeo tofauti
Wanawake waliotembelewa na ndege mbaya
Walinaswa katika kizimba cha chuma ya chuki
Waliminywa heshima katika tufani ya jefule
Leo wanaishi na miako kwenye kumbukumbu
Wanaona waliowabana na kuwatia na vidonda
Wakitembea bila kujutia matendo yao ya jana

Mtoto wa mwezi mmoja tangu kujiri duniani
Alitiwa katika lundo moja na wazazi na aila
Wakadhulumiwa visivyyoelezeka kwa lugha,
Kikongwe wa miaka mia kupunguza mmoja
Hakuepukana na janga lilowakumba mabibi
Mababe walimtingisha mifupa iliyochoka
Katika mrindimo ya uendawazimu uliokithiri

Moto ulitafuna vyeti vya mitihani ya taifa
Hati adimu zinazohimili umiliki mashamba
Vitambulisho vya kitaifa, leseni za biashara
Kadi zenye takwimu za thamani za hospitali
Zote ziliishia kwenye tumbo la mwako

Kambi mia tatu za wakimbizi wa ndani
Zilichipuka kuhudumia waliokatwa tamaa,
Kinyume na wosia adimu kutoka fahamu
Wanawake wakibubujikwa na majonzi
Walitii chombezo dhalilishi za wanaume
Wakawa vifaa vya kuzima mioto ya kiume
Ili kwa manufaa ya wapenzi watoto wao
Wapate mahema yanakinga maji ya mvua
Watunukiwe chakula cha ziada na wagavi
Wamiliki mavazi ya kupigana na baridi

Wasichana chipukizi, wajane wenye siha
Wanawake wenye kuhangaishwa na maisha
Wakawa mitambo ya starehe za kimwili
Kwa walinzi wa usalama wa kiume kambini
Wanaume wa mashirika ya kutoa misaada
Pamwe na fasiki wasimamizi wa wakimbizi

Ukaunguza wanawake na vijana wa kike
Magonjwa ya zinaa yakavuma kama tufani,
Yakitumia makombora makali ya ukimwi
Mauti yakavamia familia kwa ubabe ghaya

Leo, mayatima, wajane wa kike na wa kiume
Wale waliolemewa kimwili, kiuchumi na kiakili
Waliokuwa na ndoto azizi zilizogeuzwa jivu
Waliopokonywa jasho lao na uendawazimu,
Hawa wanaendelea kutazama hali isiyoaminika
Machoni machozi machungu yakiwalengalenga
Wakiwaona waliowatupa katika tufani ya dhiki
Wakiishi maisha ya bashasha inayorindima

Waliokatakata mifugo miguu na migongo
Wakakwapua wengine wakawapeleka makwao,
Walionasa wanawake kutoka makabila mengine
Wakawalipualipua miili na kuwateketeza akili,
Waliopora mali kutoka maghala ya wenyewe
Kisha wakayatupa kwenye kinywa cha mwako,
Waliorauka kwa jirani wakitingisha parange
Kwa shangwe wakachinja wazazi na watoto,
Waliotoa abiria magarini kwa darubini ya ukabila
Wakawazima uhai kwa panga, mawe na talimbo,
Waliotinga ambao hawakuzungumza lugha yao
Wakawachinja katika vituo vya magari ya abiria,
Wavalia sare walioagizwa kuzima ndimi za moto
Wajipa kazi ya kumimina risasi vifuani mwa watu,
Hawa wote, hata walionaswa nyuso na kamera,
Wanaendelea kujivinjari furahani inayorindima
Mbali na jela, mbali na milango ya mahakama!

Ole wao waliobashiri kanisa kuwa ngome salama
Humo wamiminika wakajiona kuwa manusura
Walizibiwa mlango wa jengo kwa baiskeli
Kizuizi kikaimarishwa kwa kila kikorokoro
Baada ya mnyunyizo wa mafuta magodoroni
Wakawashwa moto mithili biwi shambani
Wakaungwa kama tanzu kavu za miyompo,
Wanawake na watoto wakawa makaa na jivu
Haki ya kuendelea kutangamana na mwanga
Ikabatilishwa na wanyama waliofanana na watu

Baada ya kutitima jefule ja mtetemeko wa ardhi
Matumaini ya wawi kuadhibiwa mahakamani
Ilikatwa mizizi na shoka la uchunguzi chapwa
Ilihujumiwa kwa parange zenye bapa kali za dola

Waliotuhumiwa kuwa majemedari wa mauko
Walioalikwa kwenye mahakama ya kimataifa
Tunaothamini haki za binadamu tukapiga makofi,
Bila jeraha, walidondoka kutoka koleo la sheria
Baadhi, kama miewe, wanatuangalia kutoka juu
Mara wakiruka kwa ndege zenye nembo ya taifa
Baada ya mashtaka ya kuwa habithi wa mauaji
Kama mashua katika bahari, kugonga mwamba
Kwenda mrama na kuviringika katika mawimbi
Baada ya wenye ushahidi mwekundu kama damu
Wenye habari zenye uwezo kama chuma moto
Kuyeyushwa kwa joto kali la tanuri ya dola

Wenye macho ya kuchunguza na kujifunza
Sasa wana ukweli wa kuandika katika daftari:
Hatamu za uongozi mikononi ni silaha azizi
Humwezesha kukata misongoma ya mashtaka -
Tuliotarajia wasakini korokoroni kwa miongo

Leo wako masafa marefu na joto la mahakama
Wanazungusha usukani wa jahazi la jamii
Wenzao wanasubiri iyoyome miaka michache
Kwa ulimi uliolainishwa kwa mafuta ya umbuji
Kwa mali isiyojulikana chanzo ila na mwenyewe
Watangaze upendo mkubwa kwa watu na nchi
Wapande kikwezeo wapigiwe saluti za amiri-jeshi

Wapo waliochunguzwa ndwele kwa mashine
Wakapata matokeo yakagwayagwaya ja majani
Kumbe mitambo bandia ilikuwa imedanganya!

Wapo walioingoa hospitali kupata matibabu
Baada ya kuhudumiwa wajuzi wenye kanzu
Wakabadilika na kuwa si watu wenye neva
Bali ni mchicha uliochemshwa ukapakuliwa

Kuna waliojipeleka wenyewe hospitali
Wakaingia wakitembea miili ikiwa wima
Baada ya upasuaji kupinduka kama ngalawa
Wakatoka sio kwa mwendo wa afya thabiti
Bali wakisukumwa kwa viti vya magurudumu

Wapo waliodungwa sindano, waliomeza tembe
Mwangaza wa mchana ukuwa usiku usiokucha,
Wapo waliolazwa kitandani thieta kupasuliwa
Badala ya kuamka, kuinuka na kukanyaga chini
Wakabebwa kwa troli hadi kunakokaa vimba

*****

Baadhi ya madaktari wa mizingile ya uzazi
Kwa wanawake, wamekuwa nembo ya dhiki,
Ni wepesi wa kushauri wajawazito kupasuliwa
Si kwa dhamira ya kumfaa mama au mtoto
Bali kwa kutaka kupanda katika ngazi ya utajiri

Uchunguzi chapwa wa mji wa uzazi mkaidi
Humtuma mama kuwa rafiki wa dawa adui:
Kuna wamezao kemikali kali na ghali daima
Kwa miezi au miaka ukawa wajibu wa kinywa
Ila badala ya kuleta kiumbe kipya nyumbani
Badala ya matibabu kukausha dimbwi la aibu
Yanakuwa jembe la kurefusha shimo la dhiki

Wamo waliotolewa mji wa uzazi hospitalini
Si kwa nia ya kumtimua adui sugu mwilini
Bali kutokana na udanganyifu wa mitambo duni
Au baada ya udadisi wa aliye katika ukungu
Mateka aliye chini ya himaya imara ya pombe

Visu vya upasuaji na miili vinapokutana
Mara, taulo zilizotumika katika thieta
Hupiga macho chenga na kubakia tumboni
Huanzisha kuoza chengelele, wengu au ini,
Wapo washonwao baada ya kuisha upasuaji
Tumboni wakabaki na vikoleo au makazi
Punde, ncha kali zikazaa vidonda visumbufu,
Wapo waliotolewa ovari iliyokuwa timamu
Yenye kasoro ikabaki bado ikilalamikia mwili,
Wapo waliopasuliwa wakawekwa kifaa bandia
Kosa lisijulikane hadi mwili ulipoanza kununa
Ikabidi bibi kurejelea chumba cha upasuaji
Adui aliyesumbua katika mzingile wa uzazi
Atimuliwe kukata minyororo kaidi ya uchungu

*****

Kwa muhula wa miezi tisa ya machovu
Karakana ya mji wa uzazi ikichapa kazi
Malighafi adimu ikipata umbo la binadamu
Ukakamilika mchakato wa kufinyanga kiumbe

Uwadiapo wakati wa kuona miale ya bashasha
Saa ya kufurahia ukamilifu wa mwanamke,
Ufikapo muda wa mama kurejea nyumbani
Mikononi, akibeba fahari ya mji wa uzazi,
Wahudumu wa kupokea waingiao duniani
Hupondaponda matumaini adimu ya mzazi
Kwa kudai mauti yamemtwaa mgeni mchanga,
Mama ang'ang'aniapo haki ya kuiona maiti
Wauguzi hufanya juu chini kufunika ukweli
Baadaye mtoto huuzwa kama bidhaa dukani

Itakoma lini hii biashara ya chini kwa chini
Ambayo wenye usaha katika nyoyo na akili
Huendesha katika wadi za kujifungulia mama
Na kubatilisha sio tu furaha ya mzazi mchovu
Bali pia haki ya kiumbe kinyemi duniani
Kukutana katika furaha ya mama na mwana
Wakisafiri maishani wakishikana mikono?

Mkereketo ulioje katika lindi la akili ya mshairi
Kuona mauti, bila kudhuru yeyote maishani
Yakisingiziwa kunyang'anya mama bashasha
Ilhali binadamu wanaojidai uungwana
Ndio wawi wanaotesa kwa njama chungu!

Wakulima wamechinja miti kwenye kingo
Samaki hawana utuvu wa kustawisha uzazi,
Watu waliokuwa wakifaidi ukarimu wa mito
Leo ni mateka wa ukosefu wa lishe bora

Kama kwamba jua lina kiu kisichokatika
Ulimi wake mpana unarambaramba maji,
Kwa mvukizo unaorindima mchana kutwa
Mhimili wa uhai unaotiririka mabondeni
Unakwapuliwa na kusambazwa angani,
Ndivyo mito iachwavyo na sura za huzuni

Kesho itakapobisha na kuingia nyumbani
Uhalisia wa mazingira utakuwa bahili-
Usishangae kushuhudia mieleka mikali
Kila kundi liking'ang'ania kukidhi haja
Katika madimbwi yatayosalia na uhai

Wasiowazia maslahi ya vizazi vya kesho
Wanaosaka utajiri macho wameyafumba
Wanakata miti bila kujali yatakayojiri,
Wakulima wasioheshimu kanuni bora
Wamevua udongo vazi nyerezi la kijani,
Mashamba yao ni kama viwanja vya mpira
Havina mti wa kutua ndege au kipepeo
Waondoapo mazao ardhi hubaki uchi

Kujivunia vitendo vya kuumiza mazingira
Si kujenga nchi ijali maslahi ya wakazi
Ni kunyima halaiki karo na sare za shule,

Si kuunda jamii yenye usalama na utulivu
Ni kupanda mbegu ya michafuko na damu,
Si kuotea jamii ya maadili yanayometameta
Ni kustawisha mtambo wa kufulia wahalifu

Uhaba wa maji ya matumizi ya nyumbani
Utovu wa nywisho za mifugo na wanyama pori
Kukata roho ya chemichemi, mito na vijito
Si mchezo wa komwe kwenye ubao wa bao
Ni kuunda kesho ya madimbwi ya damu
Makabila na koo mbalimbali zikitafunana
Ni maandalizi ya kuingia nyua za kuzimu

Panga za ulafi zikiangamiza zulia la kijani
Ardhi ikivuliwa nguo thabiti ya maumbile
Ikisalia uchi ja jongoo, changara au kiboko
Miali ya jua ikifurahia kupiga mbizi ardhini
Maji kwenye udongo yatatorokea mbali
Udongo utakuwa bahili kwa mtama na pojo
Itateseka mipaipai, midimu na miparachichi

Kukejeli na kushambulia mazingira kwa inadi
Si kuunda utajiri wa kusambaza uchangamfu
Ni kuandaa kugongana panga za hasira,
Si kujenga msingi wa amani na maendeleo
Ni kualika harufu ya matanga kwenye pua
Vijiji vikiwania maji ya mabwawa ya kijani
Baada ya mito kukata tamaa na kukauka

Wanaotuma watoto kununua tembo dukani
Wanawapa mshawasha wa kushiriki vileo,
Wanaowataka kwenda kioski kuleta sigara
Kama kwamba tumbaku tofauti na mkate
Hao si mahasidi tu kwa watoto waliozaa
Wanachimba mitaro katika njia ya jamii

Wanaovuta moshi kutoka majani leweshi
Wanafuzu na kuanguka katika lindi la giza,
Watoto wanaokunywa vileo kupitia wazazi
Wanaishia katika pingu za unyangarika;
Wengi waliokwama katika msitu wa dhiki
Walianza kupotea kupitia vishawishi vidogo
Wenzao shuleni waliwasukuma kwa rairai
Ndivyo haki zao za kuishi maisha timilifu
Zilianza kuchimbwa na kukatwa mizizi

*****

Kupitia mivungu ya mizigo katika mabasi
Kupitia magari ya kusafirisha bidhaa ainati
Majemedari wa mauti watajirikao kwa misiba
Husafirisha marobota ya bangi hadi mijini
Kisiri, hufikia wateja wakubwa kwa wadogo

Baada ya wakala kutengeza misokotomisokoto
Bidhaa za mauti hubebwa kwa mizungu mahiri
Huuzwa nje ya mijengo ya starehe ainati mijini
Husambazwa kwenye kantini za soda na keki
Huwa bidhaa katika shule na vyuo vikuu

Kutoka viwango vya chini hadi vyuo vikuu
Wapendao utajiri kuliko afya ya binadamu
Hurai vijana kwa ahadi za kuwainua maishani
Huwafanya kanda za kupitishia wenzao mauko;
Misokoto, unga wa kunusa, tembe za kumeza
Hutamalaki bongo za walionaswa katika mtego
Mateka huingizwa uwanjani kucheza na mauti

Nidhamu hufumuka kama fulana ya kufuma
Shuleni utukutu huvamia vijana kama ndwele,
Utendakazi wa masomo hushuka hadi matopeni
Mabweni huchomwa na wenye ukungu akilini,
Kama maradhi ya kumbakumba, kichaa huenea
Ndivyo huwaka mioto katika shule maridhawa,
Mzigo wa kuaka mijengo kufidia iliyotoweka
Kama magunia ya ukwaju, mawele au mtama
Hutuama migongoni mwa wazazi wasiojimudu

Baada ya ungumbao utokanao na moshi laanifu
Kumshauri kijana ampige mwalimu kofi la moto,
Baada ya ujabari uzaliwao na tembe za mauti
Kuzaa wazo la kuchoma bweni usiku wa manane,
Baada ya visanga vya vijana kuvuka mpaka
Wasimamizi wa shule huwapiga kalamu shuleni,
Siku za usoni hunyauka ja mimea katika ukame
Nafasi ya maisha mema huzama katika lindi refu

*****

Wakala wa mauti hubeba mashaka kutoka Asia
Huyasafirisha na kuyavusha Bahari ya Hindi
Huyapakua kwenye bandari ya mibuyu mikongwe
Ambapo yanapata makao katika maghala thabiti
Kabla ya kuanza kuminya vijana maisha mitaani

Kwa ujasiri na kujiamini kunakonuka ufidhuli
Kulisikika waliojinaki kwa marafiki na wenza
Wakatangaza waliovusha mawimbi ya bahari
Si marobota ya vitambaa au katoni za sabuni
Si makasha ya mavazi au vipuri vya magari
Bali, wakishikana na mzazi aliyewafunza kuua
Tani kadhaa za kokeini kutoka nchi za Asia

Wakishikana mikono na wana-mauti wa ng'ambo
Majemedari waongozao vikosi vya maangamizi
Wameunda mfumo wa kuuza tikiti za kuzimu:
Spidiboti zinateleza baharini usiku wa manane
Zikileta sio dawa za kutibu malaria au ukimwi
Sio vitabu, tarakishi au kemikali za maabarani
Bali katoni za kifo kilicholetwa kutoka mbali

Katika jiji linalopigwa busu na Bahari ya Hindi
Jiji lililopambwa kwa minazi na mikungu
Jiji linalovutia macho kwa sanamu ya pembe,
Vijana ambao wangekuwa nguli katika jamii
Wamekuwa vizuu bila ndoto azizi za kupalilia

Wakala wa maangamizi wameunda maabara
Kwa malighafi laanifu na mitambo ya kisasa
Bila woga, wanatengeneza raha danganyifu
Wanaisambaza kwa wateja wa karibu na mbali
Bila kubabaishwa na idadi ya majeneza ya kesho
Bila kujali wingi wa vijana watakaokuwa hambe

Katika hili jiji la miembe mikongwe na miashoki
Jiji ambapo sauti za waadhini hutangaza macheo,
Macho ya shababi lukuki hayaoni ahadi za maisha
Yanatawaliwa na ukungu wa anga la mauko;
Miili na akili zilizojaa unyong'onyevu pomoni

Si vyombo vya kujichumia mihimili thabiti
Si mitambo ya kufuma ndoto nyerezi za usoni
Ni majalala yanayosheheni taka ya maangamizi

Kila asubuhi ifunguapo mlango na jua kuingia
Vijana hukutana kwenye maeneo yaliyotengwa
Si kupanga mbinu za kupalilia mche wa maisha
Si kufuma ndoto kwa nyuzi za mawazo azizi
Bali, kwa sindano kwenye mikono na mapaja
Kwa ukarimu wakiitika mwaliko wa kuzimu
Kugawa unyong'onyevu na virusi vya ukimwi

*****

Wanamauti wanaochanachana maisha ya vijana
Hawaishi katika nyumba zinazokaa wanakawaida
Wanasakini katika kasiri za mapambo ya kifahari,
Hawaendeshi magari yaliyoundwa kubeba yahe
Wanasafiria nembo za ukwasi na haiba ya kilele

Kwa roda inayovuta natija ya biashara ya mauti
Kwa kushawishi wapiga kura kwa mabunda
Wakala wa mauti wamekwea juu mamlakani,
Tunawaimbia nyimbo za sifa, tunawapigia makofi
Sasa, hawako mbali na kukagua gwaride za kijeshi
Wamekaribia wadhifa wa Amiri Jeshi wa Taifa

Kuona hasidi wakinyonga ndoto za vijana
Kutazama wakipigiwa saluti na afisa wa polisi
Kuangalia wakipokewa na vigogo wa siasa
Kunatumbukiza moyo wangu katika msisimko
Kunaniacha nikitapatapa katika joto la maswali:
Ni nini kitakachotuponya kidonda cha ufisadi

Kidoto kinachowafunga macho walinda sheria
Kikawafanya kutoona vijana wakizima ovyo;
Ni nini kitakachofungua minyororo ya tamaa
Inayonyima taifa uwezo wa kusimama wima
Kukabiliana kwa dhati na vitunda wa Lusifa

*****

Hongera kwa wanaotia juhudi kuvuta kamba
Wahisani wanaojizatiti kuwaokoa vijana lukuki
Maskini waliotumbukizwa shimoni na walanguzi;
Kuna watakaoachilia kamba ya kunusuru maisha
Waanguke kitako, wagonge chini kwa makalio
Warudi kwenye kinamasi katika lindi la ukungu;
Kuna watakaojivuta wafike hadi nje ya mauko
Waanze kuziba nyufa za ukuta adimu wa maisha
Wakutane tena na fursa ya kuishi maisha stahiki
Fursa waliyopokonywa na wakala wa hasidi shadidi
Katika vichorochoro vya giza la kifo cha madawa

Kwa njama zilizokuwa na sura ya mkataba
Kabila maarufu kwa kukangata mila za jadi
Kabila lililokabidhiwa ng'ombe na Muumba
Kabila ambamo, kwa pamoja, tete za ladha
Zina urafiki shadidi na nyama na maziwa,
Kwa kibali cha mtemi aliyefumbwa macho
Lilifurushwa kutoka maeneo yaliyowajua
Wakapelekwa katika nyika iliyonuka ugeni
Kusudi wageni kutoka ng'ambo ya bahari
Wapate makao mahala paliponata macho!

Kwa ghiliba zilizovishwa gwanda la maafikiano
Miaka saba tangu kufurushwa kutoka nyumbani
Kwa mara ya pili walitimuliwa kwa ufidhuli
Kuwapa wageni makao kwenye tambarare pana

Uhamisho wa kuelekea mlima wa kusini
Ulijaa maangamizi kwa wahamaji na mifugo
Njaa iliwatitiga na kubwaga wengi kaburini
Mifugo walilemewa na kupukutika njiani
Ukuta wa uchumi wa kabila ukaingia nyufa

Waliopiga mauti chenga katika uhamisho
Dhiki kali iliwasongoa katika makao mapya,
Kinyume na hali ya walikotolewa kwa ghururi
Maisha yakawa msururu mrefu wa mashaka!

Baada ya miongo ya dhuluma na dharau nyingi
Kabila lilipeleka shtaka mahakamani ng'ambo
Likawasilisha hoja hadidi kama chuma ya kufua
Zikameta katika akili za wajuzi mahakamani
Waliotoa idhini kuhamishwa kabila mara dufu
Waliotoa kibali kwa vidole badala ya kalamu
Hawakuongozwa na mwangaza wa jua la kujua
Walizuzuliwa kwa ukungu mahsusi wa ubazazi

Licha ya mtange wa sheria kuinama upande wao
Jaji alikunjakunja kesi akaitupa katika pipa la taka
Sio kwa kukosa uzito wa kauli za wasaka haki
Bali kwa udhuru wa kombo katika uwasilishaji!

Baada ya miongo kadhaa ya bendera mpya
Kabila lililoonewa, si mara moja, si mara mbili
Halijapata fidia ya miongo kadhaa ya dhuluma
Linaishi na kidonda kichungu katikati ya moyo

*****

Baada ya fataki za shangwe kupamba anga
Baada ya bendera mpya kucheza mlingotini
Waliokwezwa vikwezeoni adhimu kwa kura
Wajanja waliokuwa na kiu kikubwa cha ardhi
Waliamrisha kuanzishwa mradi liovuta macho
Mpango wa kuwapa Waafrika ardhi ya ufuoni
Kusudi mali karibu na pambo adimu la bahari
Iwasaidie kupata kinungu cha mnofu wa utalii

Wanabara waliokuwa na misuli iliyoumuka
Wanasiasa na wafanyakazi wakuu serikalini
Wanabiashara waliokwezwa angani na kahawa
Walivumburuka kutoka nyanda za hewa baridi
Wakajitwalia ardhi inayopigwa busu na bahari

Ukungu wa siri za serikali iliyoloa kabila moja
Ukazuia macho ya wanapwani kuona ukweli,
Kutokuwepo kwa watu wa kuwashika mikono
Kikawa kizuizi kilichokingama barabarani
Wanapwani, hata walioweza kuona bayana
Wasifue dafu kwenye kinyang'anyiro kwao

Mkuu wa mkoa hakuwa mtu mwenye hiari
Alikuwa mkono madhubuti wa mwanaikulu,
Ofisi iliyomkaribisha kwa miaka na mikaka
Ilikuwa si ofisi ya kulinda maslahi ya wakazi
Ilikuwa roda ya kuletea wateule hazina mpya,
Sahihi mkono wake ulipoongea na karatasi
Sahihi ya mwanaikulu mkongwe mtamaanifu
Sahihi ya kamishina wa ardhi mwenye usikivu
Zikawa nyenzo za kuundia bahari ya utajiri;
Waliokuwa karibu kisiasa na mwanaikulu
Wakapata ardhi bila kuangusha tone la jasho
Wanapwani wakiangalia kwa macho duwazi

96

Walioshiriki katika kimbunga cha unyakuaji
Waliozoazoa ploti za fukwe kwa reki imara
Wanaelea katika wimbi la bahari ya bashasha
Wanapwani waliopunjwa hazina ya wahenga
Wanatembea wakipiga miayo ya unyonge
Fursa ya kumiliki walichotengewa na historia
Ilinyongwa na waliotia nyufa msingi wa taifa

Waliotia fora kwenye unyakuzi wa ardhi
Waliokimbilia hazina azizi karibu na fukwe
Walioacha wanapwani na mikono mitupu
Walikuwa genge la viwavi wa nyumba moja –
Mwanaikulu, mkuu wa mkoa wa mikokoni
Katibu msimamizi wa baraza la mawaziri
Katibu mkuu wa wizara ya ardhi na makao-
Wote walizungumza kwa ulimi wa mlimani
Sasa, hilo genge la majambazi wa kiuchumi
Wameibua mkondo wa hisia kali za kibabila
Dhidi ya milioni za wanakabila bila hatia

*****

Baada ya mkoloni wa jana na shirika la mikopo
Kuafikiana kufidia masetla walioamua kughura,
Baada ya kutolewa mkopo wa pauni si haba
Ukilengwa kutekeleza yaliyotiwa sahihi halali,
Wenye uroho walipeperusha bendera ya tamaa
Kambarau iliyolengwa kuwainua wakata
Ikawa chombo cha genge la vitimbakwira

Walaghai walibuni njama ya kujipalia vinono:
Maskani za masetla walioamua kughura
Pamoja na ekari mia zilizozingira nyumba
Zilikabidhiwa waliokuwa na sauti za kusikika

Bila uchungu wa kutoa hata ndururu mfukoni;
Badala ya kuingia mikononi mwa fukara
Mashamba yaliyoachwa na wakoloni wa jana
Yalinyakuliwa na vitimbakwira na aila zao
Wakaingiza kundini marafiki na vikaragosi

Kwa waliodhalilishwa na ukatili wa ukoloni
Badala ya mradi wa kilimo kuwajaza bashasha
Ukawatumbukiza kwenye dimbwi la simanzi,
Badala ya maskwota wa jana kutabasamu leo
Wanabeba nyoyo zilizovunjika na kutamauka
Kwa kuliwa bangu na genge la wasaliti weusi

*****

Kwa kupuuza kanuni wazi kama adhuhuri
Vitimbakwira wanaotumia mazulia mekundu
Wamegeuza ploti mijini mali ya kibinafsi
Wanazitoa kwa marafiki na wanakabila wenza
Wakiangalia kwa macho kebehi wasio na sauti
Wakichekelea kwa sauti wasio wa kabila lao

Kwa ujanja mwingi kama wa sungura katika ngano
Kwa kutojali sheria, kwa kujiamini kunakokithiri
Bila idhini ya mwanaikulu, kwa njama kimyakimya
Makamishina wa ardhi hujitwalia vipande vya ardhi
Kwa siri, hujitajirisha kwa hazina azizi ya umma

Wakipeperusha barua bandia na hati ghushi
Vitimbakwira hupokonya wakata kilicho chao
Kikawaingia mikononi "kwa mujibu wa sheria"
Ikabatilishwa haki ya wamiliki wanaostahiki

Baada ya afisa wa wizara ya ardhi kupata "chai"
Kimaksudi, hati miliki hugeuzwa vigeregenza
Au hufichwa pasipofikika na macho ya asiyejua
Ndivyo ardhi huponyoka kutoka mmiliki halisi
Ndivyo iingiapo mikononi mwa wanyang'anyi

Katika jitihada za kutetea ardhi ya shule
Wazazi hupambana na majangili wa kulipwa,
Katika umri wao wa miaka michache duniani
Katika juhudi za kujirejeshea uwanja wa shule
Wanafunzi wanakabili gesi ya kutoa machozi
Baada ya tapeli sugu kuitwaa kimyakimya
Na kusimamisha humo hoteli inayonuka ufisadi

Mitaani, nafasi zilizotengewa michezo ya watoto
Zimenyakuliwa na vitimbakwira na vikaragosi,
Shuleni, ekari kadhaa zimemegwa, zimemezwa
Wahuni wakishirikiana na wanaoabudu rushwa
Wameongeza ardhi katika hazina yao ya wizi

Hospitali zinazohimili maisha ya halaiki
Hazina nafasi za upanuzi wa kufaidi umma,
Ardhi iliyotengwa na waasisi wa miradi
Imekwapuliwa, imegeuzwa mali ya kibinafsi

Nafasi zilizotengwa kujengea njia za uchukuzi
Zimekaliwa na mijengo ya wanaoloa kutojali,
Kulikopangiwa upanuzi wa barabara muhimu
Kumeingia mikononi mwa matapeli wa taifa

Kwenye vituo vya huduma za polisi wa taifa
Nafasi zilizotengwa miongo mingi iliyopita
Zimeporwa na kampuni zenye majina mapya –

Ujanja wa kustiri wakurugenzi na wenye hisa
Ubazazi wa kuficha nyuso za matapeli sugu

Kabla ya kivumbi cha msimu wa uchaguzi
Mara tu baada ya mieleka ya kutafuta kura
Kimbunga cha unyakuzi wa ardhi ya umma
Huvuma na kutingisha nchi kwa mtetemeko
Si kufaidi wale wanaosongolewa na maisha
Si kuauni maskwota wanaotawaliwa na ukata
Bali kufurahisha wanachama wa genge la fisi
Au barakala waliosaidia kuzima haki za kisiasa

Kwa njama za waliotughuri tukawapigia kura
Si tu kwenye wizara ya kustawisha mifugo
Si tu kwenye shirika la huduma kwa vijana
Ardhi imeghura kutoka mikononi mwa umma
Sasa ni mali ya makampuni ya genge la fisi

Katika wilaya za jana zilizozaa kaunti za leo
Ardhi iliyokuwa haki thabiti ya wananchi
Sasa ni hazina azizi ya waliokuwa madiwani
Ni mali ya waliokuwa maafisa wa manispaa
Ni ng'ombe wa kisasa wanaopendeza macho,
Wanasiasa wenye majina yanayovuma
Watumishi serikalini na jamaa za wanaotajika
Wanakamua maziwa kufaidi tumbo zao binafsi
Huku watoto wa mafukara wanaotapakaa kote
Wakitembea kwa miguu miembamba ja panzi
Wakibeba tumbo zenye ukubwa wa simanzi
Baada ya mashambulizi makali ya nyongea

Mashamba yaliyolengwa utafiti wa mbegu mpya
Kusudi ziwe makombora adimu ya kulinda umma,
Maeneo yaliyotengwa maksudi miaka ya nyuma

Ili, kisayansi, kujenga ngome imara ya ufugaji,
Yamekwanguliwa na sahibu wa vitimbakwira
Wachochole wamenyimwa haki ya tupa thabiti
Kukatia minyororo ya njaa, umaskini na aibu

*****

Misitu iliyotengwa iwe chemichemi za uhai
Imeshambuliwa kwa mititimo ya misumeno
Wakora waliokalia viti vya dhahabu vya taifa
Humo wamejenga viwanda vya majani-chai,
Kwao, si hoja mazingira yakipandwa na mori
Yakilipiza kisasi kwa kuhini mvua na uzima,
Hawajali mito kuwa makuo ya maji machafu
Badala ya kuwa mishipa ya kilimo chenye siha,
Kwao, si hoja kunyima wakata pumuo za uhai
Muhimu ni kuimarisha utajiri unaonuka ufisadi

Wanaofichwa nyumbani kwa jitihada thabiti
Wazazi wakigugunwa na haya kuwazaa,
Wanaozuiliwa kushikana mkono na mwangaza
Jamaa zao wakihofia macho ya ulimwengu,
Hao si wachache wa kutoshea katika kiganja
Ni idadi ya kujaza kumbi kadhaa hadi pomoni

Kwa wafichwao chini ya mivungu ya vitanda
Kufurahia kucheza juani na watoto wenzao
Linaonekana jambo lililo mbali isiyofikika,
Kupata tajriba iwe dira ya kuwaongoza maishani
Ni njia iliyozibwa kwa kuchimbwa mtaro wa kina

Kuzaliwa wakiwa na ulemavu mkali wa kimwili
Imekuwa udhuru wa kunyima haki ya kujumuika,
Kuwa na akili isiyoafikiana na matarajio ya jamii
Kumebatilisha uhuru wa kufurahia utangamano –
Wameshurutishwa kujifunika blanketi la upweke
Dunia yao inadhulumu ja kizimba cha chuma!

*****

Ungeonaje ungekuwa mwanafunzi mlemavu
Kuwa katika chuo kikuu chenye sifa zing'azo
Chuo kinachotajwa kwa kupiku vingine nchini
Bali ambacho, badala ya kuwa kielelezo azizi
Hakina lifti za kisasa zinazokwea na kushuka,
Badala ya kujipeleka juu na chini mtu binafsi
Unabebwa ukiketi katika kiti cha magurudumu
Unainuliwa juu ya vidato vya ngazi ya saruji
Kusudi kuteremka kutoka ghorofa za juu
Hadi kutangamana na sakafu ya msingi
Kutii amri kutoka kinywa cha maumbile
Baadaye, kama gunia la viazi vitamu au karoti
Kubebwa na kurejeshwa ghorofa la mihadhara
Kuendelea na harakati za kutia akili mwangaza?

Mara tele, wanaolipwa kusimamia vyuo vikuu
Wameelezwa shakawa inayohujumu wasomao
Ila badala ya kuchukua hatua kunyosha kombo
Wamechopeka vidole masikioni kujitia uziwi

Wanafunzi wenye changamoto za kusikia
Si viumbe duni, ni binadamu waliokamilika
Ila katika shule, katika vyuo, katika taasisi
Haupo mradi unaometameta mbele ya macho
Sera inayowashika mkono wenye changamoto,

Husikii mkakati unaosisimua nyoyo za watu
Unaolenga kufidia hali inayowavuta nyuma,
Haujawekwa mkakati ulioimarishwa na taifa
Kulinda haki ya kukwelea anga la masomo

Katika darasa, katika mabweni na maabara
Wanafunzi wanafurahi, vikwakwa vinavuma
Wanachangamkia udamisi wao unaometameta
Ila katika nyuso za wasio na uwezo wa kusikia
Kunatanda wingu la upweke na kujihurumia

Kumbo la aibu lililoje, kitutumapo kikwakwa
Macho darasani yakilenga shabaha katili
Kuashiria anayechekwa kwa kukosa kucheka
Mwalimu mahiri afundishaye akitumbuiza
Alipopamba darasa kwa udamisi uliorindima!

Miongo minane iliyotutembelea na kughura
Kupe weupe waliokuja kutunyonya damu
Waliwazoa weusi wenzetu kutoka kusini
Wakawaleta wakiwa vyombo vya kilimo
Wakafaidi wakulima wa miwa na mikonge,
Bendera ya taifa jipya ilipopanda mlingotini
Waliongolewa makwao na kubwagwa nchini
Waliendelea kuitwa wageni kutoka kusini,
Walitaka haki ya kuwa sawa na wananchi
Walitupiwa matope ya tisho la kutimuliwa,
Upepo mkali wa udikteta ulipotutuma nchini
Walifunga vinywa kwa tepe thabiti za woga;
Kujificha kwa majirani na kujistiri msituni

Kukawa ngao wakati wa kusaka wasio wenyeji,
Fikira za kuwa kwenye tapo moja na watumwa
Zikawa zawatembelea kama harufu ya kuoza
Ikitembelea mwenye nyumba karibu na mzoga

Idhilali iliyoje, kuishi kama watu wasio na taifa
Kusakini katika ardhi ya dola bila haki miliki
Kukaa kama maskwota katika nchi nyimifu
Kila ndoto thabiti ya kupata vyeti muhimu
Ikianguka na kuwa kama vigae vya chungu!

Kutokuwa na ushahidi wa kuthibitisha utaifa
Kumefungia watoto mlango wa kuingia shuleni
Jamii haina wengi wanaometameta kwa elimu,
Kutokuwa na ithibati madhubuti ya uenyeji
Kukaziba vipenyo vya kufikia kazi na riziki
Leo, kundi halina utajiri unaodarizi maisha

Jamii ilipotafakari na kuelewa vyema mazingira
Walipogundua uwezo wa mizungu ya kisiasa
Walipojishauri kusafiri hadi ukumbi wa ikulu
Komeo katili lililofunga mlango wa utaifa
Limesukumwa kando, njia ya kuingia i wazi,
Jamii iliyobeba dhuluma mgongoni kwa miongo
Imemiminika katika nyumba ridhishi ya utaifa

Kama jiwe, swali linaning'inia moyoni mwangu:
Ni nani atakayefidia madhara ya dhiki miongo:
Vizazi vilivyokosa jahazi la bahari ya masomo
Watu wasiofaa ila katika kazi za malipo duni,
Walionyimwa ngazi ya kupandia mti wa uchumi
Kwa nusu karne wakabakia chini wakisaga meno
Wakibururwa kwenye matope ya ufukara?

*****

Kupe mweupe aliwaleta wageni kutoka kaskazini
Walikusudiwa wawe silaha thabiti ya Malkia
Kazi waliyotekeleza kwa bidii iliyometameta
Baada ya miluzi mikali ya risasi kunyamaza
Baada ya milipuko ya mizinga kufikia ukingo
Badala ya kuanza safari ya kurejea kaskazini
Mashujaa walitunukiwa makao mabichi msituni
Wakawa majirani wa "mahali pa maji matamu",
Bila kutanabahi kwamba miongo kadhaa baadaye
Wangekuwa wananuka fedheha ya kukosa utaifa

Jamii ilidhalilika kwa kutokuwa na vitambulisho
Kukutana na polisi kukawa dhiki ya kutetemesha,
Kutokuwa na ardhi iliyodhihirishwa na hati miliki
Kukawa minyororo ya umaskini kwenye miguu,
Kupata mikopo kutoka benki kustawisha maisha
Kulikuwa jambo lisilowezekana ila katika ndoto,
Marufuku kujenga nyumba aushi walikosakini
Kuliwafunga kwenye aibu ya makazi ya matope

Kutokuwa na nembo ya kuonyesha utaifa
Kulikuwa kuburura uzani uliofungwa miguuni:
Kujikakamua na kumetameta katika masomo
Hakukufua dafu katika kusaka kazi ya mshahara,
Kutoonekana katika vikwezeo vya kuonea fahari
Kukawa nembo tambulishi ya jamii ya huzuni

Sasa, baada ya mlolongo wa miongo ya shubiri
Utaifa umejiri na kusawazisha kundi na umma,
Uhalisia mpya wa kutolewa hati miliki za ardhi
Utafungua wengi pingu za makazi ya matope,
Vitambulisho mikononi mwa waliokosa utaifa
Vitawaondolea wakazi wasiwasi wa kutembea
Vitaondoa vikwazo kutoka njia ya wanakundi

*****

Jamii iliyopewa lakabu ya dharau na wafugaji
Si kwa kukiuka kanuni za maadili ya utu
Bali kwa kutofuga mbuzi, kondoo na ng'ombe
Kinyume kujihimili kwa asali na matunda mwitu
Ilionewa na mkoloni; inabezwa na bendera mpya

Zahama zilianza asubuhi ya karne ya jana:
Kundi lilihamishwa kutoka makao msituni
Wakatupwa hadi mazingira mapya ya kusini,
Makazi yao msituni yakapigwa marufuku
Punde, msitu mzima ukawa eneo lililotengwa
Jamii nzima ikakosa mahali pa kuita nyumbani

Bila kujali mahitaji yasiyotimizika ila msituni
Bila huruma kwa dhuluma waliyopagazwa
Sheria iliyofumba macho yasione maslahi halali
Ilikabidhi ardhi ya kabila mikononi mwa serikali
Kundi likapewa eneo lililokejeli utamaduni wao

Huzuni iliyokuwaje jamii bila tone la hatia
Kushuhudia kutiwa kufuli shule za wanao,
Uwi uliokuwaje dhidi ya wakazi wa msitu:
Afisa wa msitu na askari tawala wenye hamaki
Kushambulia nyumba za wenyewe kwa moto
Makazi ya msituni yakawa sio mastakimu tena
Bali masazo yaliyotemwa na kinywa cha moto!

Ahadi za kufidiwa kwa mastakimu mapya –
Eneo jipya lililoafikiana na mfumo-uchumi,
Tangazo la uamuzi wa kuwarejesha msituni
Taarifa ya kutolewa kufuli shule zilizofungwa
Haikusukumwa kutoka matamshi hadi vitendo,
Kustawishwa kisheria lokesheni mpya msituni
Hakukuwa mwisho wa msururu wa maonevu:

106

Ugavi wa ardhi vipande vya ekari tanotano
Ulikuwa bezo kwa watumiao ardhi kimakundi,
Fomu za kuwasilisha dai la haki ya ardhi
Ziliishia mikononi mwa wanakabila jirani

Wazandiki, wakivaa nyuso za waliotimuliwa
Walichochewa na vitimbakwira wakazuru ikulu
Wakamimina danganyo katika masikio yasiyojua;
Punde, waliandamana wakitumia hisia ghuri
Makao mapya yaliyolengwa waliotimuliwa
Yakaishia mikononi mwa wajanja wachoyo,
Kuanzishwa makao mapya kwenye msitu
Kukawa mbinu ya kupokonya wanyonge haki

*****

Usikiapo zikitajawa dhuluma za kihistoria nchini
Walumbi hawajarukwa na akili, hawaugui malaria,
Yaliyopitika katika taifa hili kuhusiana na ardhi
Si madogo ya kufagiliwa kwa ufagio wa ndimi
Ni majabali katika njia ya kufikia maridhiano,
Yaliyowapata baadhi ya makundi ya wananchi
Si mikwaruzo midogo kwenye ngozi mkononi
Ni vidonda vinavyonyima wauguao usingizi;
Watoao kauli za kusahau na kusonga mbele
Hawajui uchungu wa uvimbe uliotunga usaha

Ni kero zinazochoma moyo kwa mshkaki
Kuona binadamu wakiishi kama wanyama
Baada ya sera za makazi zilizopinduka
Kumpurura utu na kumwachia sura duni
Kama miti iliyovuliwa majani na kiangazi

Ni nani asiyependa kutenda ya siri kwa siri
Badala ya kujitangaza kama nyumbu nyikani,
Ni nani asiyetamani makazi yenye mwangaza

Badala ya kuishi katika vizimba vya giza,
Ni nani asingependa nyumba ya dirisha halisi
Badala ya shimo lenye hewa iliyochoka?

Mitaa ya mabanda imekuwa sura ya kawaida
Makabwela wanaishi katika ukata unaotutuma,
Wazazi wanaosongwa na viganja vya umaskini
Wanaishi katika vyumba vidogo na wanao,
Zinazopaswa kuwa siri teule za baba na mama
Ni hadithi za kuhadithiana wakutanapo watoto

Binti kudhulumiwa na baba mzazi kimapenzi
Hiyo si kalima ya kubuniwa na domokaya
Ni ukweli unaosakini katika nyumba kadhaa,
Mabanati kubanwa na mababe vichochoroni
Huo uhalisia daima huwaandama kwa karibu,
Wasichana kuwa mama wakiwa na ubwabwa
Si jambo dhahania akilini mwa anayesinzia
Ni ukweli unaotamalaki mabanati mabandani

Katika baadhi ya mitaa ya kuo za maji machafu
Kwa wahofiao kwenda kuchutama vichochoroni
Kisirisiri hutia siri ya tumbo vifuko vya plastiki
Huirusha bila kujali dhiki ya pua za wapita-njia
Pasi kuhofia kusambaza maradhi ya kumbakumba

Watalii kutoka masafa ng'ambo ya bahari
Kwa hamu huja kuzuru mitaa ya mabandani
Hufika kamera ghali zikiwa tayari mikononi
Hujiri kujionea maisha wanavyosongoa fukara;

Kurasa za magazeti na viwambo vya televisheni
Hutumbuiza macho na hisia za wabaguzi rangi
Hutangaza "Uduni wa Maisha Katika Afrika!"

Kwa kutoibuka sera zinalenga afu ya umma
Kwa kuwa na viongozi wauguao ubinafsi
Haki zimeipiga chenga halaiki ya wananchi:
Haki ya kulala penye hewa yenye thamani
Ambamo miali ya jua inapotangaza siku mpya
Ubongo uliopata oksijeni iliyochujwa udhia
Huwezesha akili kufanya kazi bila kujikokota,
Haki ya kuitika maumbile yanapopiga simu
Miguu ikikanyaga sakafu safi na iliyokauka
Badala ya kuteseka unapojiri muda wa haja,
Haki ya kunong'onezana na wa moyoni
Kusudi kuruka hadi fashifashi za maisha
Bila hofu ya macho au masikio ya watoto
Kukutana ana kwa ana na siri ya wazazi,
Haki ya kuongea na mgeni vitini sebuleni
Badala ya kukalia kitanda kilichochoka
Vichwa vikitagusana na shati na kanchiri

Baada ya rangi za taifa kupaa mlingotini
Baada ya wimbo mpya kusesereka hewani
Waliochukua dira ya safari ya jamhuri
Walitazama nchi kwa macho ya wakoloni
Wakathamini maeneo yaliyovutia wageni
Wakabeza nyanda ambapo anga na udongo
Ziliungana katika kuunda njama nyimifu
Njama iliyopiga marufuku kahawa na chai
Njama iliyokataza wafugaji kumiliki Freisian
Njama iliyonyima wakulima kondoo adimu

Waliotengwa na anga la kahawa na majani
Wakatazamwa kwa makengeza ya dharau
Walinyimwa haki ya muundomsingi karimu
Wakazi wanaofanya kazi kwa juhudi imara
Wabakia katika dimbwi tesi la umaskini

Wateule tuliokabidhi usukani wa uongozi
Wangelenga kunawirisha maisha kila pembe
Wangeunda sera bila kubagua nyevu na kavu
Kungekuwa na unyunyizaji maji sehemu kame
Kimbunga cha dhiki kinachoendelea kuvuma
Hakingekuwa kikinguruma kwa sauti ya mauti
Kungekuwa na kunang'anika nyuso za wakazi,
Vijiji havingefunikwa na wingu la njaa na aibu
Havingesumbuliwa na nyongea na amoeba
Havingekuwa vikivamiwa na kipindupindu,
Wanamaeneokame wasingeishi bila dhiki,
Badala ya akina mama kuchemsha mizizi hatari
Wangepika vyakula vinavyofahamika tumboni,
Badala ya watoto kunyauka miili na kuwa ja fito
Wangekuwa na maumbo ya kutia macho fahari,
Badala ya kudumaa akili kwa kukosa lishe bora
Wangekuwa na bongo zinazometameta uwezo

Waliohukumiwa umaskini na macho ya mkoloni
Wanaendelea kukaangwa na joto la utovu wa haki,
Maeneo ambayo hayakuwa na faida kwa Malkia
Yanaendelea kutemewa mate na wakoloni weusi

Wapandao mawele, wimbi, mtama na choroko
Walimao mbaazi, pojo, viazi vitamu na maboga
Hawajakuwa na sahibu wa kuwashika mkono;
Kurunzi mikononi mwa walipwao kuunda sera
Humulikia tu wakuzao kahawa na majani chai,

Wahanjahanjao na ng'ome, mbuzi na punda

Watafutao malisho na maji ya kunusuru mifugo
Wafugao ngamia katika maeneo ya mijunju
Hao si muhimu machoni mwa waliomo vitini

Taasisi za kutafiti kahawa, majani-chai na pareto
Zimetia fora kwa kazi nyerezi za uchunguzi
Bali wakulima wa mawele, choroko na wimbi
Wanasafiri bila mwanga wa kurunzi ya sayansi,
Njia ya kupitia kufikia shibe, afya na heshima
Haijaondolewa majabali kurahisisha mwendo;
Ukame unaposhambulia kila miaka mitano
Mifugo wanapukutika kama majani ya mbuyu
Mizoga inakuwa karamu murwa kwa nderi
Kongoti hushukuru kwa maisha kuwanyokea

Wana-maeneo-kame si zuzu si zimbukuku
Usione wakinywa matibwitibwi madimbwini
Ukadhani unatazama hambe au mbumbumbu,
Wanaochimbua mchanga wanapoteswa na kiu
Wanaokunywa maji ya rangi inayoghasi macho
Tumbo zikawa kasri za kuishi tegu na amoeba,
Wakatao kiu kwa maji yenye mate ya ngamia
Usidhani wana akili bila uwezo kama za watoto
Kamwe hawana bongo walizoazima kondoo,
Hao, ni majeruhi wa usaliti wa waundaji sera

Ingekuwepo sera inayoheshimu maeneokame
Sera inayotambua ngozi kama kifundio adimu,
Kungekuwa na viwanda vyenye mitambo imara
Vikihimili kunakokwepwa na mvua ya masika,
Wakazi hawangekuwa watu wa kuhurumiwa
Hawangehitaji daima kufadhiliwa na wahisani:
Wangekuwa wakipigiwa makofi motomoto

Kwa kusukuma mbele gurudumu la uchumi –
Wangekuwa wakiunda viatu vya kuonea fahari
Makasha ya bidhaa yangekuwa yakivuka bahari,
Wangekuwa wakisanifu mikoba inayonadi haiba
Dola, Yuro, Pauni, Randi na nyenzo nyingine
Zingekuwa zikimiminika katika Benki Kuu,
Wanaviwanda wenye nyuso zinazonang'anika
Wangekuwa wakiuza mali inayochangamsha,
Wanabiashara wenye moyo ng'avu kwa fahari
Wangekuwa wanashiriki maonyesho miji mingi
Wanavijiji wa maeneokame wangekuwa si vitu
Bali watu wanaonawiri kwa heshima kamili

Kinyume na masharti ya sheria iliyopo
Badala ya waajiri kutahadharisha waajiriwa
Midomo haiachani kuarifu yafaayo kazini
Hawataji kwamba kutangamana na tumbaku
Ni kutembea mkono kwa mkono na mauti:
Wavunao majani kwa mikono bila glavu
Ngozi ya viganja na hasidi mwenye unyevu
Daima zikipigana mabusu yenye siri hasiri
Hawafahamu adui anapiga mbizi mwilini
Humo, hujenga makazi bila kujitangaza;
Kila miaka izidivyo kuja na kisha kughura
Ndivyo viungo adimu huzidi kunywa sumu
Hadi miaka ya baadaye ambapo sauti husema,
"Usinihini, nigawie sehemu zako za mwili!"

Akaushaye tumbaku kwa kuni shambani
Mianzi ya pua ikiwa wazi kama mabomba
Huwa kifo kinamfuata kimya ila kwa hamu:

Utakapowadia wakati wa kusema, "Hodi!"
Kitampiga kumbo kimwangushe kaburini,
Kisipofaulu, kimpokonye kiungo mahsusi
Kikijihami kuja baadaye kwa dhoruba zaidi
Kumtwaa kwa nguvu, kumfurusha kuzimu
Mwajiri asalie kwenye bashasha ya faida
Akifurahia utajiri kutoka kilimo cha mauti

*****

Wapo wasio na habari ya kuwafaa kazini
Au wanaosukumwa na haja kuhiari hatari
Hao, hufuatwa kimyakimya na maangamizi:
Wapigao vita dhidi ya maadui wa kahawa
Wakitumia mikono bila glavu za mpira
Kemikali zikipenya ngozi bila kutangaza
Pua, zikiwa wazi kama mapango ardhini
Zikisafirisha bila kizuizi mvuke wa mauti,
Mapafu, yakipumua kuhimili kibarua kazini
Yakipokea wakala wa kaburi la siku zijazo,
Hao, si mmoja, si wawili, ni tumbitumbi

Wanaonuiwa kuwapa tahadhari za kijikinga
Hawadhamini ila faida ya zao lililotunzwa,
Wanaotarajiwa kutekeleza kanuni za usalama
Wamejifunga macho kwa vidato vya kutojali
Hawaoni haki za kikazi zikibururwa matopeni

*****

Viwanda vya kuzalisha bidhaa, ujira na utulivu
Vinazidi kuchipuka katika vitongo vya miji
Vinakopuliza riziki halali kwa walala hoi
Ila baadhi vina msumari unaochoma fahamu
Na kuacha mshairi akigaragara katika huzuni

Vingi ni zaidi ya viwanda, vina sifa ya gereza:
Vibarua wapitiapo kwenye lango la chuma
Waingiapo papo za kujichumia zikiwadunda
Kufuli hupiga kidoko kuarifu nje ni marufuku
Kwa muda wote itakaporindima huduma;
Badala ya wafanyikazi kuwa binadamu huru
Hali huwafanya wafungwa katika gereza hatari

Katika ua la lango lililosalimu amri ya kufuli
Katika ukigo wa mwanya mmoja wa kutokea
Maisha ya wafanyikazi huwa karibu na kaburi:
Likitokea la dharura - moto ukijiri kwa hasira,
Mwenye ufunguo akiwa ni mlemavu wa uzembe
Zitabakia habari za kuhuzunisha katika vyombo
Kutatajwa jinsi watu walionasika walivyoungua
Wakabadilika wakawa magogo meusi kiwandani

Ni wengi waendeshao uzalishaji mali viwandani
Wanaohudumu bila ngao za kulinda masikio
Mashine zinazotutuma kwa ari mchana kutwa
Zikitoa kelele kali kama ndege zipaazo angani
Huwa ndiyo hali iwaandamayo wafanyakazi,
Bidhaa zigonganazo kama ni mapigano makali
Hufanya wenye masikio wawe mabubu kesho

Wapo wajimuduo kwa kupakia na kupakua
Wafanyikazi bila kinga dhidi ya madhara,
Wahudumu wabebao daima zilizoloa vumbi
Pakiti zitembeleazo bega, mgongo au kichwa
Zikipitia karibu na uso wa mwenye jitihada,
Macho yakitaabika, koo zikihasirika
Mapafu yakipata wageni wenye nia mbaya

Ni wengi wakabilianao na tifutifu mchana kutwa
Mikono bila glavu ikishawishi ufagio usichoke
Macho bila miwani yakikaribisha vijasumu ainati
Pua bila mlizi dhidi ya vumbi ikikaribisha adui
Mapafu wakitembelewa na wakazi wataohasiri
Hayo, bila ya walipwao kudhibiti kanuni kazini
Kutumia kiboko cha sheria kilicho mkononi
Kurudi waajiri wasiojali haki ya mfanyikazi

*****

Baadhi ya wahudumuo katika nyumba teule
Hawaishi katika pepezi tumbuizi za paradiso
Hukaa katika mashimo ya joto ya jahanamu:
Kwa masharti makali kama mipapuro shingoni

Wahudumu wasaidiao wafanyao kazi kuishi
Hushurutika kuamka saa kumi na nusu alfajiri
Kwa mikono bila glavu, hukabiliana na baridi
Kwa nyayo bila viatu, kubezwa na sakafu jeuri

Kuanzia jikoni kwa kupika kitachoashwa vinywa
Huosha nguo kwa sabuni inayokejeli mikono
Husafisha nyumba mgongo ukinuna kwa mavune
Hulisha watoto wenye dharau nyingi kwa chakula
Hupikia familia chakula kwa viungo vilivyoagiziwa
Kisha hung'arisha vyombo kwa kumbi la chuma
Ndipo wajipange jikoni kwa chakula cha dharau
Ndipo waanguke kitandani waajiri wakikoroma

Wakiuliza swali kwa mwajiri mwenye nyumba
Baadhi hawajibiwi kwa lugha ya ulimi kinywani
Hutupiwa matusi yanayochoma ja mafuta moto
Au hupigwa kelele hadi wanapogwayagwaya

Mara mama nyumba hubadilika kutoka mtu
Huwa hayawani katika hifadhi ya wanyama
Huvamia "mkosa adabu" kwa ngumi na kucha
Humpapura shingoni kama chui aliyechokozwa
Majeraha huwa dhahiri kwa macho na kamera
Mwonewa huonekana ja aliyetoroka jahanamu

Kufaulu katika kidumbwedumbwe cha siasa
Kunahitaji zaidi ya ndoto imara na akili aali,
Mazoea yaliyopunguza thamani ya kinywa
Mtindo wa kuongea kwa maneno ya mfuko
Ni mto wenye maji yanayotiririka kwa kasi
Ni kikwazo kisichovukika ila na wenye uwezo

Zimepita siku za thamani ambapo mwananchi
Kiongozi mwenye kurunzi kali katika fahamu
Baada ya njonzi ya kuisukuma mbele jamii
Aliingia uwanjani akacheza ngoma kwa ahadi,
Bila kutumia nyenzo ya mabunda ya benki
Akaibuka nguli katika ushindi wa maendeleo

Isipokuwa kwa wachache wenye bahati ja mtende
Mlango wa siasa umezibwa kwa majabali mazito
Wapitao ni wenye mifuko ya kulipia kambarau
Mitambo ya kuwainua na kuwavusha vikwazo,
Haki ya kuongozwa na wenye ukwasi wa maono
Waadilifu waliotajirika kiakili badala ya kimali
Watu wasioweza kutifua vumbi kwa helikopta
Wakishuka kwenye mikutano ya kampeni
Hiyo haki inayotambulisha demokrasia halisi

Imepeperushwa na kubebwa na upepo unaokera;
Wenye makasha ya pesa katika maghala salama
Hata ziwapo zilizoporwa kutoka hazina ya umma
Hata ziwapo zao laanifu la biashara ya mihadarati
Hao ndio hushangiliwa siku ya kutangaza viongozi
Hao ndio hupaa vitini vinavyorahisisha uporaji;
Hivyo ndivyo haki ya kupata viongozi wastahiki
Imeishia kuzikwa ndani ya shimo la mita mia,
Ndivyo njia ya kidemokrasia ya kufikia jamii aali
Imezibwa kwa miiba ya tanzu za michongoma

*****

Wakati wa kutadhimini maeneo-uchaguzi
Wakati wa kubadilisha maumbo na mipaka
Sio kila badiliko huwa kwa manufaa ya umma,
Waungao mkono na wenyenchi wasiogopa aibu
Huundiwa maeneouchaguzi ya kuleta ushindi
Aliyepunguziwa upinzani kwa njama ya serikali
Akapanda kitini kwa vidato vya ngazi isiyo halali

Wakati wa wananchi kutumia haki ya uamuzi
Baadhi ya watetezi walioloa hamu ya kushinda
Huunda magenge ya malofa dhidi ya wapinzani
Ghulamu huwa balaa mikutanoni wanakotumwa
Hupiga kelele na kutoa sauti zinazofuka dharau
Hufanya bidii kuzamisha sauti za wasemaji
Mara hutoa fujo na kuleta wingu la wasiwasi
Baadhi ya waliokuja kuchuja wagombezi
Hujiondokea haraka kama walioshtushwa
Mara mkutano huanguka kama mti uliokatwa
Mwenye hazina kwa masikio ya wapiga kura
Akabaki jukwaani akiuma midomo kwa hasira

Wanaonuia kufuga wapiga kura kama kuku
Hulipia utengenezaji wa pombe ya kienyeji
Vitunda hukesha kwenye makopo ya ulevi
Keshowe, macho yakiwa na rangi ya damu
Kwa maksudi iliyopangwa kwenye mikutano
Njia watakazopita wapiga kura wa mpinzani
Huning'izwa wingu linalonuka sokomoko,
Waliolengwa shabaha wasifurahie haki yao
Hurudi nyumbani bila alama ya wino kidoleni,
Baadhi ya waamkao wakiwa na dhamira imara
Wakashika njia kuelekea kunakopigiwa kura
Hawafaulu kutimiza walilowazia kwa makini:
Njiani, mafichoni, hukuta wakala wa mtetezi
Hurairaiwa kwa maneno matamu ya viganja
Watazamapo nyuma na kubaini umaskini wao
Waonapo uhaba uliopinda pindo kama chatu
Husalimu amri na kwa hiari kutoa vitambulisho
Badala ya kufululiza kwenda kuchangia uamuzi
Wakarudi nyumbani mifukoni wakibeba unga
Ndivyo hupata ushindi fisi na mbwa-mwitu
Ndivyo hukwezwa vitini wenye tabia zinazooza
Majambazi sugu walioporomosha asisi za umma,
Ndivyo wenye macho yasiyoona zaidi ya futi mbili
Huishia kukoroma katika kumbi za bunge la taifa

Tuliona siku ambapo katika mchujo wa uchaguzi
Watu waliopanga mlolongo nyuma ya wagombezi
Walihesabiwa kwa mkono kama bidhaa za kuuza,
Ulipofika muda wa kutaja mshindi na waliofeli
Matokeo yalichang'anywa kama kadi za karata
Hali ikawa sawa na mchezo wa kiini-macho
Aliyevuta nyoyo, macho na hiari za wapiga kura
Alitangazwa akiwa na idadi ya kura za fedheha

*****

Kama chatu akimeza swala pala au funo
Mara haki hutumbukia katika tumbo la hila,
Pindi wakala wamejumuika kuhesabu kura
Vitunda wanaoungwa mkono na wenyenchi
Wakaribiapo kukanyaga mchanga dudumizi
Mwangaza wa taa hupigwa dafrao kwa siri
Jengo zima hutumbukia kwenye lindi la giza
Waliopangiwa kazi ya kubatilisha ukweli
Huchapukia sanduku zinazotisha kitunda
Au hukwepua kura hatari kutoka mezani
Harakaharaka, huzihamisha kutoka kituoni
Huzificha pasipogundulika ila na ajuaye siri

Mwangaza unaporudi na kutamalaki ukumbi
Ujanja huwa umezaa matunda machungu
Msimazi kura asimamapo kutangaza matokeo
Kauli yake hukweza jukwaani aliyekataliwa
Hutupa topeni nguli aliyesisimua nyoyo na akili

*****

Kuna visa dhahania na vingine vyenye uzito:
Kabla ya kufikia vituo vya kuhesabia kura
Kabla ya sanduku kupakuliwa kutoka magarini
Baadhi hutafunwa kwa meno ya kinywa cha giza
Kura za nguli wanaopigwa vita na wenyenchi;
Sanduku kutoka maeneo yanayoogofya
Hupokelewa na maji ya mito yenye vilindi
Ndivyo waliopigiwa kura tumbitumbi vituoni
Huishia kifudifudi katika vumbi la kushindwa

*****

Wapo wanawake wenye umahiri dhahiri
Wataalam waliometameta kwa bidii shuleni
Wakang'aa katika vyumba vya vyuo vikuu
Watu wenye akili zenye makali kama nyembe
Mabibi wanaomulika kwa mwanga wa maadili
Waungwana wavutao macho kama sumaku –
Wengi wangeingia katika uwanja wa siasa
Wangejituma kutathminiwa kwa upigaji kura
Wangetafuta fursa ya kuwa dira kwa umma
Ila wasikiapo matusi yanayotupwa kama mawe
Watazamapo vitendo vya vumbi, nguvu na fujo
Waonapo damu ikitiririka kutoka vichwani,
Waketipo kimya na kutafakari yatayowafuata
Wawazapo ukali wa visa watakapoundiwa
Waonapo uwongo kuhusu mabusu haramu
Akili zionapo ndoa zao zikiingia nyufa ndefu
Hunywea kujiingiza katika medani ya kisiasa
Ndivyo haki zao za kuwa viongozi wastahiki
Huzuiliwa kuchanua kutoka tumba na kuwa ua,
Ndivyo haki za umma za kupata dira mwafaka
Hutupwa katika shonde mbichi ya ng'ombe

*****

Tuyasomayo magazetini, tuyaonayo televishenini
Ni jembe linalochimba barabara ya demokrasia
Matokeo yatakuwa mivo ya kuogopesha wasafiri:
Walioshiriki katika kinyanganyiro cha uchaguzi
Matokeo ya eneo lao yakatumbukia mahakamani
Baada ya kesi kusikizwa na hukumu kutolewa
Mzigo wa gharama wanaopagazwa walioshindwa
Ni kama onyo kali kwa wagombeaji viti wa usoni:
"Ukithubutu kutetea kiti, tutakungoja, kukufilisi!"

31

Kila nchi inapokumbwa na mkasa usioeleweka
Hisia za umma zipandapo moto na harara
Haraka dola huunda tume ya kuchimbua ukweli
Kundi linaloteuliwa kwa mantiki yenye ukungu

Hupewa glavu, jembetezo na sepetu za kisheria
Hung'arisha maisha mapya ya kila mwanatume
Wanawezesha kula sio tu ng'ombe na kuku
Bali pia kufurahia kwa kamba na kamba-mti,
Hawasafiri kwa magari yanayobeba akina yahe
Wanahudumiwa na masagingi yanayometameta,
Hawaketii viti vigumu visivyoheshimu migongo
Wanaketia samani inavyonepa na kuzunguka,
Ofisi zao katika mijengo ya jiji ya kifahari
Hupambwa kwa mazulia mapya kutoka Uturuki,
Kwenye dari huwa na viyoyozi visivyotoa sauti,
Bali muda wa uchimbuaji unapofikia ukingoni
Baada ya taarifa kuwasilishwa kwa mwanaikulu
Dola huzitia habari ndani ya kasha la chuma
Huzificha chini ya tani mia za majabari

*****

Si nongonongo, si suala lililotiwa chumvi
Wanahabari katika harakati za kazi halali
Wamekumbana sio tu na vitisho na kemeo,
Kuna walionyakuliwa kwa makeke na askari
Baadhi wameaibishwa kwa kuvuliwa nguo
Wakatwangwatwangwa wakimwagiwa matusi
Vichwa bila hatia vikachuruzikwa na damu

121

Parafujo za uchungu zikiwapekecha kwa fujo
Wakazuiliwa katika vituo fedhehi vya polisi
Bila kosa lijukanalo katika kurasa za sheria

Wapo waliokabiliwa kwa rungu na mateke
Wakaangushwa chini katika fujo za hasira
Wakapokonywa kamera ghali za kitaaluma
Wakarejea ofisini bila picha za magazeti
Bila kanda za kuhuisha viwambo vya habari
Bali na nyuso zenye madoa ya damu iliyoganda;
Au badala ya kurudi kwa waliowatuma kazi
Wakapelekwa hospitali na wasamaria wema
Kuunganisha mifupa ya mikono iliyovunjika
Au kushonwa mwili ja kitambaa kilichoraruka

*****

Waliosukuma huduma usiku wa uvamizi
Waliokuwa kazini katika kituo cha runinga
Walieleza jinsi wahuni waliovaa balaklava
Walishambulia kwa ufidhuli ulipita mipaka
Wakiongoza na majambazi kutoka ng'ambo

Diski zilizohifadhi habari ya thamani
Zilitwaliwa kwa fujo kutoka mahali pake,
Tarakilishi na bidhaa nyingine za kufanyia kazi
Zilipondwapondwa au kubebwa bila maelezo

Kiungani, katika kitengo cha kuchapia magazeti
Bila kamwe kujibu swali kutoka wafanyikazi
Bado wakiongozwa na mamluki kutoka Ulaya
Askari, hali yao wakichuzikwa na ufidhuli
Walipapia na kukwapua nakala zote walizopata
Kwa ari kama ya sungu, wakazipakia katika lori

Kulipokucha na wasomaji walitafuta gazeti
Walikutana na hali mpya iliyowachekelea,
Haki yao ya kupata habari pasipo vikwazo
Ilikuwa imetupwa katika kina kirefu baharini

*****

Baada ya umma kulalamikia tukio lililoshtua
Baada ya tetesi kwamba waliovamia wanahabari
Hawakuwa tu watu wenye rangi yetu ya ngozi
Tume mbili zilitwika kazi ya kuchimbua ukweli
Pesa za walipaji ushuru zikawafaidi wanatume
Wakala, kunywa na kulala kama wana wa mfalme,
Umma ukasubiri kwa hamu kukata kiu ya habari
Badala ya kutambulishwa mamluki wafidhuli
Badala kuambiwa aliyewaleta kuzua sokomoko
Umma ulibezwa kwa kimya kilichovuma ja radi

Isipokuwa kujinaki ugenini kwa mamluki kirihi
Isipokuwa kutaja alivyozama katika mapenzi –
Dokezo la alivyokula asali katika nyumba kuu-,
Umma uliendelea kungoja kufahamu maajabu
Masikio yakachoshwa na subira isiyozaa tunda
Matumani yakaanguka katika shimo lenye giza

*****

Baada ya vyama viwili bila itikadi za kisiasa
Kutifua vumbi katika kidumbwedumbwe ,
Baada ya kampeni ndefu ya cheche za moto
Wakati wawi wakichochea hisia za kikabila,
Baada ya foleni katika chaguzi mbili za utata
Kila mara matokeo wakipigiwa vita vikali,
Baada ya tisho la kula kiapo kinyume cha katiba
Tisho lilotia baridi mti-wa-mgonga wa dola,

Bila onyo, viwambo maarufu vya televisheni
Viligongwa na kombora la uamuzi wa wasiojali
Ghafla, vikapokonywa uwezo wa kuhudumia
Zikafuata wiki tatu viwambo vikiwa mahututi

Haki ya kikatiba ya mwananchi kupata habari
Ikikanyagiwa chini kwa vyatu vichafu,
Haki ya wanabiashara ya kujichumia kihalali
Ikabakia katika bano la koleo la wanaotawala

Hakuna safari ndefu isiyofika ukingoni
Iwe ya magurudumu kwenye lami thabiti
Iwe ya nyayo tupu kwenye tifutifu au tope
Iwe ya akili kwenye tambarare za taamuli
Zote hukoma uwadiapo wakati wa kuhitimu
Akatua msafiri aliyezingatia mishale ramani

Nimetembea na kurunzi angavu mkononi
Nimemulika majeraha ya miili na akili
Nimeangaza machozi ya juzi, jana na leo
Nimedhihirisha nyoyo zinazotirika damu

Kwa kubeba hilo jukumu kwa rai ya moyo
Nimetenga kwa masafa marefu na nyumbu
Wanyama wasiouliza vichwani, "Je tufanyeje
Tujiondelee baa lituandamalo kama kivuli?"

Kusudi kustahili kamili jina adhimu la "mtu"
Si mja kutembea wima kwa miguu miwili
Si kula chakula na kunywa vinavyonyika
Si kwa mavazi ya pamba, manyoya au nailoni

Kustiri sehemu za mwili kutoka jicho la umma
Si faraghani, wawili kuongeza vizazi duniani;
Kustahihi nafasi katika ukumbi wa binadamu
Ni kwa maksudi, kujitenga na tabia za hayawani
Ni kuchukua hatua pawapo na songosongo

Kuchangia ukarabati wa kuleta unyoofu,
Ni kuona palipo na kuo katika njia maisha
Na kupandwa na hamasa ya kuchukua sepetu
Kusudi pamoja na wengine waliopatwa ari
Kurekebisha njia kuboresha mwendo
Nimetembea na kurunzi yenye beteri mpya
Nimemulika matendo ya vitunda wa shetani
Nimepiga mwangaza wakala wahimili uwi –
Viumbe wanaotabanga maisha kwa sibiko

Bila kunyunyizia marashi kidonda ndugu
Bila kustiri panaposumbua pua kwa uvundo
Nimesema yafaayo kusemwa na rafiki wa utu
Moyo wangu umelia na walizwao na dhuluma
Nimekesha pasi kulalamikia utovu wa usingizi
Nikiimba wimbo dhidi ya ubatilishaji heshima

Sasa ndoto inayocheza ngoma moyoni
Ni *Doa* kuwa mti wenye siha msituni
Mti wenye mbegu zirukazo kwa mabawa
Zikauke vyema na kupasuka maganda

Zibebwe na upepo wa mfumo wa elimu
Zianguke shuleni, vyuoni na nyumbani
Ziote, zimee na kusimamisha miti mirefu
Ipendeze macho na akili za watakaotazama

Taamuli inayopiga mabawa akilini mwangu
Ni vyombo vya habari vya kaunti na taifa
Kupigia debe mahadhi maksudi ya *Doa*
Wimbo usiwe sauti ya aliaye pekee jangwani
Bali muziki tumbuizi kwa masikio ya umma
Upate kiitikio za sauti imara kama kengele

Ingekuwa furaha ya rangi zinazopendezaje
Kabla ya kujiunga tena na walionileta duniani
Kuona vuguvugu imara kama radi ya masika
Likitutuma na kutangaza mwisho wa giza
Likitaka majilio ya siku yenye mwangaza azizi
Siku ambapo ukiukaji wa haki za binadamu
Unasinya kila aliye chini ya bendera ya taifa
Unapigwa kelele kali kutoka kila upande
Kusudi huyu msichana anyecheza na bunzi
Na mwenzake anayezungumza na kipepeo,
Huyu mvulana aliyetazamana na mwanakobe
Na marika yake anayeajabia lumbwi njiani
Wavue sare ya utoto, wavae kanzu ya utu-uzima
Waishi katika nchi ambapo heshima na uhuru
Si maneno matupu kutoka midomo ya bazazi
Bali madhabahu ya nchi na watu wake